കാക്കനാടൻ

നവരസകഥകൾ

പഠനം

ഡോ. പി. കെ. തിലക്

വര

ഗിരീഷ് മക്രേരി

കൈരളി ബുക്സ്

Malayalam Language
Navarasakathakal
(Selected stories)
by
Kakkanadan

♦

Published in November 2015
This Edition October 2022
by Kairali Books Private Limited
Thalikkavu Road, Kannur.
Ph : 0497-2761200
E-Mail : kairalibooksknr@gmail.com

♦

Cover Design
Prasanth Mangad

♦

Price ₹: 210.00
78/15-16/Sl.No.760/100/NS 18.6
ISBN.978-93-85366-66-6

കാക്കനാടൻ

1935 ഏപ്രിൽ 23 ന് തിരുവല്ലയിലായിരുന്നു ജോർജ് വർഗീസ് കാക്കനാടന്റെ ജനനം. കൊട്ടാരക്കര ഗവ. ഹൈസ്കൂളിലും കൊല്ലം എസ്. എൻ. കോളേജിലും വിദ്യാഭ്യാസം. രസതന്ത്രത്തിൽ ബിരുദം. തുടർന്ന് ഇരുമ്പനങ്ങാട്, നൂറനാട്, പടനിലം എന്നിവിടങ്ങളിലെ സ്കൂളുകളിൽ അധ്യാപകനായി. 57 ൽ റെയിൽവെയിൽ ജോലി ലഭിച്ചു. ആഗ്ര യൂണിവേഴ്സിറ്റിയുടെ ഗാസിയാബാദ് എം എ എച്ച് കോളേജിൽ നിന്ന് ധനതത്വശാസ്ത്രത്തിൽ മാസ്റ്റർ ബിരുദം നേടി. 67ൽ ജോലി രാജിവെച്ചു. ബ്രിട്ടീഷ് സർക്കാരിന്റെ ക്ഷണപ്രകാരം ജർമനിയിലേക്ക് പോയി. ലെപ്സിഗിലെ കാറൽമാർക്സ് യൂണിവേഴ്സിറ്റിയിൽ 'ഇന്ത്യയിലെ സാമൂഹിക സാമ്പത്തിക സാഹചര്യത്തിൽ എഴുത്തുകാരന്റെ പങ്ക്' എന്ന വിഷയത്തിൽ ഗവേഷണം നടത്തുന്നതിന് ഫെലോഷിപ്പ് ലഭിച്ചു. ആറു മാസക്കാലം യൂറോപ്പിൽ പര്യടനം നടത്തി. ഗവേഷണ പരിപാടി ഉപേക്ഷിച്ച് പിന്നീട് നാട്ടിലേക്ക് തിരിച്ചു. കൊല്ലത്ത് മലയാളനാട് വാരികയിൽ പ്രവർത്തിച്ചു.

സാക്ഷി, വസൂരി, ഉഷ്ണമേഖല, ഏഴാംമുദ്ര, കോഴി, അജ്ഞതയുടെ താഴ്വര, അഭിമന്യു, അടിയറവ്, തുലാവർഷം, ഒറോത, പറങ്കിമല, നായാട്ട്, കമ്പോളം, കൊളോസസ് തുടങ്ങി 36 നോവലുകൾ. കച്ചവടം, പതിനേഴ്, അശ്വത്ഥാമാവിന്റെ ചിരി, ആൾവാർതിരുനഗറിലെ പന്നി, ശ്രീചക്രം, നീലഗ്രഹണം തുടങ്ങി പതിമൂന്നോളം കഥാസമാഹാരം. നിരവധി പുരസ്കാരങ്ങൾ. 2011 ഒക്ടോബർ 19 ന് അന്തരിച്ചു.

ഭാര്യ: അമ്മിണി. മക്കൾ: രാധ, രാജൻ, ഋഷി

പ്രസാധകക്കുറിപ്പ്

മലയാള കഥാസാഹിത്യത്തിലെ മികവുറ്റ കഥകളെ നവരസങ്ങളുടെ അടിസ്ഥാനത്തിൽ സമാഹരിക്കുകയെന്ന സദുദ്ദേശ്യത്തിലാണ് കൈരളി ബുക്സ് 'നവരസകഥകൾ' പ്രസിദ്ധീകരിക്കുന്നത്. കഥയുടെ ഉള്ളടക്കം പ്രസരിപ്പിക്കുന്ന സ്ഥായീഭാവങ്ങൾ പലതാകാം. എങ്കിലും നവരസങ്ങളിലൊന്നിന്റെ ഊന്നൽ കഥയിൽ ഉണ്ടായേക്കാം. അത്തരം രസമർമത്തെ മാനദണ്ഡമാക്കിയാണ് ഈ കഥകൾ തെരഞ്ഞെടുത്തിട്ടുള്ളത്. ആദ്യഘട്ടത്തിൽ കാരൂർ, ഉറൂബ്, എസ്.കെ. പൊറ്റക്കാട്, കാക്കനാടൻ, മാധവിക്കുട്ടി, ടി. പത്മനാഭൻ, എം. മുകുന്ദൻ, പുനത്തിൽ കുഞ്ഞബ്ദുള്ള, സേതു എന്നിവരുടെ ഒൻപതു കഥകൾ വീതമാണ് നവരസക്രമത്തിൽ ഉൾപ്പെടുത്തിയിട്ടുള്ളത്. ഭാവനയുടെ അപാരതയിൽ ജീവിതാനുഭവങ്ങളുടെ വൻകരകൾ വരച്ചിട്ട സർഗപ്രതിഭകളാണിവർ. ഈ മഹാരഥന്മാരുടെ കഥകൾ ഈവിധം പ്രസിദ്ധപ്പെടുത്തുന്നതിനു കൈവന്ന അവസരത്തെ കൈരളിയുടെ പ്രവർത്തകർ ഏറെ ചാരിതാർഥ്യത്തോടെയാണ് കാണുന്നത്.

ആധുനികതയുടെ ദീപ്തധ്വനിയോടെ, എഴുത്തിന്റെ സാമ്രാജ്യത്തിൽ ചിന്നം വിളിച്ച ഒറ്റയാനാണ് കാക്കനാടൻ. ജീവിതത്തെക്കുറിച്ചുള്ള നിരന്തരമായ അന്വേഷണത്തിന് കലാപത്തിന്റെ സത്യസന്ധമായ രീതികൾ അദ്ദേഹം അവലംബിച്ചു. അദ്ദേഹത്തിന്റെ കഥകളും നോവലുകളും സാമൂഹ്യസദാചാരങ്ങളുടെ സീമകളെ വിറകൊള്ളിച്ചു. മനുഷ്യബന്ധങ്ങളുടെ ഉഷ്ണശൈത്യ ഘടനകളെ ആവിഷ്കരിക്കാനുള്ള പരീക്ഷണശാലയായിരുന്നു ആ രചനകൾ.

മനുഷ്യാവസ്ഥ നേരിടുന്ന സംഘർഷങ്ങളെ ചരിത്രപരമായി തിരിച്ചറിയുന്ന കാക്കനാടൻ കഥകൾ അതീവ കൃതാർഥതയോടെയാണ് വായനക്കാർക്കു മുമ്പിൽ ഞങ്ങൾ അവതരിപ്പിക്കുന്നത്.

കൈരളി ബുക്സിനോടു സ്വീകരിച്ചുപോരുന്ന സർഗാത്മക പിന്തുണക്കു പകരമായി വായനാസമൂഹത്തിനു നൽകുന്ന ഒരു ഉപഹാരമെന്ന നിലയിൽ ഈ 'നവരസകഥ'കളെ സ്വീകരിച്ചാലും.

സ്നേഹപൂർവം,
കൈരളി ബുക്സ് പ്രവർത്തകർ

നവരസകഥകൾ

- ഒരു ശീതകാലസ്മരണ
- സമ്രാട്ട്
- ഒരു വേനലിന്റെ കെടുതി
- ശ്രീചക്രം
- അധിനിവേശപ്പട
- കാവേരി
- സൂര്യപ്രകാശം
- അലാദിൻ
- കച്ചവടം

പാരായണത്തിലെ രസവൈവിധ്യങ്ങൾ

ഡോ. പി. കെ. തിലക്

വിഭാവം, അനുഭാവം, വ്യഭിചാരീഭാവം എന്നിവയുടെ സംയോഗം മൂലം ഉണ്ടാകുന്ന രസം ആസ്വദിക്കപ്പെടുന്നതിൽ പാരായണത്തിന് നിർണായകമായ പങ്കുണ്ട്. ഒരേ കഥയ്ക്ക് വ്യത്യസ്ത പാരായണങ്ങൾ ആകാമെങ്കിൽ ഉല്പാദിപ്പിക്കപ്പെടുന്ന രസത്തിലും വൈവിധ്യമുണ്ടാകും. രസവൈവിധ്യവും പാരായണവൈവിധ്യവും പരസ്പരാശ്രിതമാണ്. സാഹിത്യാസ്വാദനത്തെ അർഥപൂർണമാക്കുന്നത് ഇവയുടെ കൂടിച്ചേരലാണ്. അതിനാൽ സാഹിത്യകൃതികളുടെ വിശകലനത്തിൽ ഈ രണ്ട് അംശങ്ങളും പരിഗണിക്കപ്പെടേണ്ടതുണ്ട്.

മലയാളകഥാസാഹിത്യരംഗത്ത് ആധുനികതയുടെ പ്രയോക്താക്കളിൽ പ്രധാനിയാണ് കാക്കനാടൻ. കഥ അദ്ദേഹത്തിന് പരീക്ഷണശാലയായിരുന്നു. നോവലുകളിലും ചെറുകഥകളിലുമെല്ലാം പുതിയ സംവേദനത്വം പരീക്ഷിക്കാൻ അദ്ദേഹം ശ്രമിച്ചിട്ടുണ്ട്. രസാസ്വാദനത്തിന്റെ കാര്യത്തിൽ ആ കഥകൾ പകരുന്ന വൈവിധ്യം അടയാളപ്പെടുത്താനുള്ള ശ്രമമാണ് ഇവിടെ നടത്തുന്നത്. നിഷ്പന്നമാകുന്ന രസത്തിന്റെ ഉറവിടത്തിലേക്കുള്ള അന്വേഷണമായിക്കൂടെ ഇതിനെ പരിഗണിക്കാം.

രസാസ്വാദനത്തെ നിർവചിക്കാനും രസങ്ങളെ തരംതിരിക്കാനുമുള്ള ആദ്യശ്രമം നടത്തിയത് നാട്യശാസ്ത്രകാരനായ ഭരതമുനിയാണ്. രസചർച്ചകളിൽ നവരസം എന്ന സങ്കല്പവും ശൃംഗാരത്തിന്റെ രസരാജപദവിയും പൊതുവെ അംഗീകരിക്കപ്പെട്ടിട്ടുണ്ട്. ശൃംഗാരരസത്തിന് രതി സ്ഥായീഭാവമാകുന്നു. പൂർവവിപ്രലംബവും ഉത്തരവിപ്രലംബവും സംഭോഗവുമെല്ലാം ശൃംഗാരത്തിന്റെ വകഭേദങ്ങളാണ്. നായികാനായകന്മാരുടെ രതിക്ക് ഭംഗമുണ്ടാവുകയോ അവർക്ക് വിയോഗം സംഭവിക്കുകയോ ചെയ്യുന്നതിനെ വിപ്രലംബം എന്നു പറയുന്നു. നായികാനായകന്മാരുടെ സംയോഗംകൊണ്ട് രതിസഫലമാകുന്നതാണ് സംഭോഗശൃംഗാരം. വിപ്രലംബം കഥാരംഭത്തിലോ കഥാന്ത്യത്തിലോ സംഭവിക്കാം. കഥ

യുടെ പരിണാമം വിപ്രലംബത്തിലോ സംഭോഗത്തിലോ ആവാം. രണ്ടായാലും ശൃംഗാരരസം ഉണ്ടാകും.

കാക്കനാടന്റെ 'ഒരു ശീതകാലസ്മരണ' എന്ന കഥയിൽ ഉത്തരവിപ്രലംബശൃംഗാരമാണ് പ്രകടമാകുന്നത്. ഒരിക്കൽ സഫലമായ രത്യാനുഭവം പിന്നീട് ഫലിക്കാതെ പോകുന്നു. കഥാന്ത്യത്തിലെ ഈ വിവരണം അതിനു തെളിവാണ്:

"അവരുടെ മുഖത്തു കണ്ട അപരിചിതഭാവം എന്നെ ഞെട്ടിച്ചു. അടുത്ത നിമിഷാംശത്തിൽ മുഖം വെട്ടിത്തിരിച്ച് എന്നിൽനിന്നു രക്ഷപ്പെടാനെന്ന മട്ടിൽ അവർ നിരത്തു മുറിച്ചു മറുവശത്തേക്കെത്തി.. അന്നു രാത്രി വീട്ടിലെത്തി മുറി തുറന്ന് ലൈറ്റ് തെളിച്ചപ്പോൾ ജനലിനു ചുവട്ടിൽ നിലത്തു കിടന്ന ഒരു തുണ്ടു കടലാസ് എന്റെ ശ്രദ്ധയിൽപ്പെട്ടു. മിസിസ് വർമ എഴുതിയ ഒരു കുറിപ്പായിരുന്നു അത്- നാം തമ്മിൽ പരിചയപ്പെട്ടിട്ടേയില്ല എന്നു വിചാരിക്കുക."

കഥയിലെ വിപ്രലംബശൃംഗാരത്തിന്റെ പരിണാമമാണിത്. ഈ വേർപിരിയലിന് ഒരു പ്രതികാരംവീട്ടലിന്റെ ഛായയുണ്ട്. ഇത് മുൻകൂട്ടി ആസൂത്രണം ചെയ്തിരുന്നുവോ? അതിനുവേണ്ട സൂചനകൾ കഥയിലില്ല. രതിമൂർച്ഛയ്ക്കുശേഷം ഇണയെകൊന്നുകളയുന്ന ചില ജീവികളുണ്ട്. ഓരോ രതിമൂർച്ഛയും ഓരോ കൊലപാതകമോ ആത്മഹത്യയോ ആയി മാറുന്നു.

കാക്കനാടന്റെ കഥയിലെ നായിക തന്റെ ഇണയെ അഗണ്യകോടിയിൽ ഉപേക്ഷിക്കുകയാണു ചെയ്യുന്നത്. തന്റെ മേൽ ഉണ്ടായ അവഗണനയുടെ കാരണം നായകന് കണ്ടെത്താനാവുന്നില്ല. ആ ബന്ധം ഒരു ശീതകാലസ്മരണയായി ഉള്ളിൽ സൂക്ഷിച്ചുകൊണ്ട് അയാൾ അവിടം വിട്ടുപോകുന്നു.

ശൈത്യകാലത്തിന്റെ പശ്ചാത്തലത്തിലാണ് കഥ ആരംഭിക്കുന്നത്. പ്രഭാതനിദ്ര, കമ്പിളിപ്പുതപ്പ്, കാലുറ, അലസത തുടങ്ങിയവയെല്ലാം ചേർത്ത് അന്തരീക്ഷസൃഷ്ടി നടത്തിയിരിക്കുന്നു. ഇതെല്ലാം ശൈത്യത്തിൽ നിന്നുള്ള അതിജീവനത്തിനു വേണ്ട ഉപായങ്ങളാണ്. മിസിസ് വർമയുടെ ആദ്യസന്ദർശനം തന്നെ ഉന്മേഷം പകരുന്നതായിരുന്നു. തുടർന്ന് അവർ വളർത്തിയെടുത്ത സൗഹൃദത്തിനും ചൂടുപിടിപ്പിക്കലിന്റെ സ്വഭാവം ഉണ്ടായിരുന്നു. വിരുന്നിനു വിളിച്ചുകൊണ്ടുവന്ന അതിഥിയെ ചൂടുപിടിപ്പിക്കാൻ മദ്യവും സിഗരറ്റും നൽകുന്നതോടൊപ്പം ആവേശം പകരുന്ന സൗഹൃദസംഭാഷണത്തിനും അവർ വേദിയൊരുക്കുന്നുണ്ട്. അയാളെ വീട്ടിലെ ഒരംഗമായി പരിഗണിച്ചു. ഒരു ചേച്ചിയുടെ വാത്സല്യപൂർവമായ കരുതലോടെ അവർ ഇടപെട്ടു.

മിസിസ് വർമയുടെ ജീവിതപശ്ചാത്തലം സാന്ദർഭികമായി കഥാകൃത്ത് അവതരിപ്പിക്കുന്നു. അകാലത്തുണ്ടായ വൈധവ്യം, ചുമതലകൾ നിറവേറ്റാനായി അവർ നടത്തുന്ന അത്യധ്വാനം, ഭർത്താവ് അവശേഷിപ്പിച്ചു പോയ ഉയർന്ന പദവി നിലനിറുത്തുന്നതിലെ ശ്രദ്ധ, പെൺമക്കൾക്കു നൽകിവന്ന വാത്സല്യം തുടങ്ങിയവയെല്ലാം നമുക്ക് അവിടെ കാണാം. ലൈംഗികതൃഷ്ണ ശമിപ്പിക്കാനുള്ള ഉപായമായി അവർ ആ സൗഹൃദത്തെ കരുതിയിരുന്നില്ല. എങ്കിലും ഇണയെ ഉത്തേജിപ്പിക്കുന്ന എന്തോ ചിലത് അവരുടെ ഇടപെടലുകളിൽ ഉണ്ടായിരുന്നു. രതിക്ക് അനുകൂലമായ കരുക്കൾ കഥാരംഭം മുതൽതന്നെ വിന്യസിച്ചിട്ടുണ്ട്. ഒരുമിച്ചുള്ള യാത്രയിൽ നായകന്റെ മുഖത്തേക്ക് പാറിവീഴുന്ന മുടിയിഴകളും അബോധപൂർവമായ ചില സ്പർശനങ്ങളും കൂട്ടായ ലഹരിനുണയലുമെല്ലാം അതിന്റെ സൂചനകളാണ്. മക്കൾ വീട്ടിലില്ലാതിരുന്ന ദിവസം നായികയുടെ ക്ഷണപ്രകാരം എത്തിയ നായകൻ അവരുടെ സൽക്കാരത്തിന്റെ പാരമ്യം അനുഭവിക്കുന്നു. അത് വേർപിരിയലിനുള്ള സന്നാഹമായിരുന്നുവെന്ന് അയാൾ അറിഞ്ഞിരുന്നില്ല.

"നിങ്ങൾക്ക് എന്നെക്കുറിച്ച് എന്തുതോന്നുന്നു?" എന്ന നായികയുടെ ചോദ്യം ഈ കഥയിലെ താക്കോൽവാക്യമാണ്. നായകൻ അസുഖകരമായ ഒന്നും അവരിൽ ദർശിക്കുന്നില്ല. അതുകൊണ്ടുതന്നെ കരുതലോടെ ഉത്തരം പറയേണ്ട ചോദ്യമായി അയാൾ അതിനെ കണക്കാക്കിയതുമില്ല. ഒരു മധ്യവയസ്കയുടെ ആശങ്കയായി ആ ചോദ്യത്തെ കരുതാം. "ശരീരത്തിലെ ചുളിവുകൾ, ശരീരഗന്ധം, പേശികളുടെ ഉറപ്പ്" ഇങ്ങനെ പലതും അവരെ ആശങ്കപ്പെടുത്തിയിട്ടുണ്ടാവാം. രതിമൂർച്ഛയുടെ മുഹൂർത്തത്തിൽ എല്ലാം വെളിപ്പെട്ടുപോയി എന്ന ഭീതി, അയാളിൽ നിന്ന് അകലാൻ അവരെ പ്രേരിപ്പിച്ചു എന്നു കരുതാവുന്നതാണ്. എന്നാൽ കഥാന്ത്യത്തിൽ നായകൻ സ്വയം ചോദിച്ചുപോവുകയാണ് : "എനിക്ക് അവരെക്കുറിച്ച് എന്തുതോന്നുന്നു?" ഇങ്ങനെ പിടികിട്ടാത്ത എന്തെങ്കിലും അവരുടെ വ്യക്തിത്വത്തിലുള്ളതായി അതുവരെ നിരീക്ഷിക്കപ്പെടുന്നില്ല.

മനുഷ്യജീവിതത്തിലെ എല്ലാ സന്നാഹങ്ങളും ചില ഇമ്പ്രഷനുകൾ പ്രതീക്ഷിച്ചു കൊണ്ടുള്ളതാണ്. ഒരു പരികല്പനയുടെ തലത്തിൽ നിലനിൽക്കുമ്പോൾ അത് സുരക്ഷിതമായിരിക്കും. പരീക്ഷിച്ചുതെളിയിക്കപ്പെടൽ അതിന്റെ പരാജയസ്ഥാനമാണ്. മിസിസ് വർമയുടെ നിലപാടുമാറ്റം അത് സാധൂകരിക്കുന്നു.

സ്മരണ എപ്പോഴും ആത്മനിഷ്ഠമായിരിക്കും. സംഭവങ്ങളുടെ ഒരു വശം മാത്രമേ അതിൽ തെളിയുകയുള്ളൂ. മറ്റുള്ളവ ഊഹിക്കാമെന്നു മാത്രം. സ്മരിക്കുന്നയാൾ തന്റെ ഭാഗം ന്യായീകരിക്കാൻ ശ്രദ്ധിച്ചുകൊ

ണ്ടിരിക്കും. മിസിസ് വർമയെക്കുറിച്ചുള്ള കഥാനായകന്റെ അഭിപ്രായമാണ് വസ്തുതകളായി അവതരിപ്പിക്കപ്പെട്ടിരിക്കുന്നത്. മറുപക്ഷത്തുനിന്നുള്ള വാദഗതികൾ മനോഹരമായി മറയ്ക്കപ്പെട്ടിരിക്കുന്നു. ഇതൊരു സർഗാത്മകപ്രക്രിയയാണ്. മനുഷ്യന്റെ അസ്തിത്വം ഊട്ടിയുറപ്പിക്കുന്നതിൽ ഇതിന് നിർണായകമായ പങ്കുണ്ട്.

മനുഷ്യന്റെ വൈകാരികമണ്ഡലത്തിലെ ഏറ്റിറക്കങ്ങളെക്കുറിച്ചുള്ള ആഖ്യാനമാണ് കാക്കനാടന്റെ ഈ കഥ. രതിയുടെ രസതന്തുവിൽ കോർത്ത് തന്റെ ജീവിതനിരീക്ഷണം കഥാകൃത്ത് അവതരിപ്പിച്ചിരിക്കുന്നു.

ഒരു വേനലിന്റെ കെടുതി, കാവേരി എന്നീ കഥകളും സ്മരണാരൂപത്തിലുള്ള ആഖ്യാനങ്ങളാണ്. ഒരു വേനലിന്റെ കെടുതിയിൽ കരുണവും കാവേരിയിൽ ഭയാനകവും രസങ്ങളായി വർത്തിക്കുന്നു. വേനലിന്റെ കെടുതിയിൽ അമർന്ന ഒരു പാലക്കാടൻ ഗ്രാമത്തിന്റെ ചിത്രമാണ് ആദ്യകഥയിൽ കാണുന്നത്. കാവേരി എന്ന പെൺകുട്ടിയുടെ ദുരനുഭവങ്ങളിലൂടെ രണ്ടാമത്തെ കഥ നമ്മെ കൂട്ടിക്കൊണ്ടുപോകുന്നു. രണ്ടു കഥകളും ജീവിത ദുരന്തങ്ങളാണ് സാക്ഷ്യപ്പെടുത്തുന്നത്. ആദ്യത്തേത് പ്രാകൃതികമാണെങ്കിൽ രണ്ടാമത്തേത് മനുഷ്യസൃഷ്ടമാണ്.

രണ്ടു ഗ്രാമചിത്രങ്ങൾ 'ഒരു വേനലിന്റെ കെടുതി' യിലുണ്ട്. കഥാനായകൻ ഗ്രാമത്തിലെ വില്ലേജ് ഓഫീസിൽ ഗുമസ്തനായി ചേർന്ന കാലത്ത് അവിടം പച്ചത്തഴപ്പുകളും നെൽവയലുകളും കൊണ്ട് സമൃദ്ധമായിരുന്നു. ഗ്രാമത്തിലെ തരുണികളോടെന്നപോലെ ഗ്രാമത്തോടും ഗൂഢമായ ഒരനുരാഗം അയാൾ മനസ്സിൽ സൂക്ഷിച്ചു. ക്രൂരമായ വേനലിന്റെ കരാളഹസ്തങ്ങളിൽ പിടയുന്ന ഗ്രാമചിത്രമാണ് രണ്ടാമത്തേത്. അതിന്റെ മൂർധന്യത്തിൽ അയാൾ ഗ്രാമത്തോടു വിടപറയുന്നു. ഗ്രാമം അതിന്റെ സൗകുമാര്യം സൂക്ഷിച്ചിരുന്ന കാലത്ത് പത്തൊമ്പതുവയസ്സുകാരിയായ ഗോപാലക്കുറുപ്പിന്റെ മകൾ ലളിതയടക്കം പല ഗ്രാമസുന്ദരിമാരും അയാളെ പ്രണയിച്ചു. അശനിപാതമേറ്റ ഗ്രാമം പട്ടിണിമാറ്റാൻ പെൺകുട്ടികളെ പണയംവെയ്ക്കുന്ന കൂട്ടത്തിൽ ചാമിയുടെ പതിനാറുവയസ്സുകാരിയായ പെങ്ങൾ രണ്ടുരൂപയ്ക്കുവേണ്ടി അയാളോടൊപ്പം അന്തിയുറങ്ങാൻ തയ്യാറായെത്തി. പ്രകൃതിയിൽ നിലീനമായ ശൃംഗാരം രൗദ്രരസങ്ങളുടെ വേഷപ്പകർച്ചയായി ഈ വൈരുധ്യത്തെ കാണാം. അനുരാഗവും വ്യഭിചാരവും ഇവിടെ പ്രകൃതിയുടെ വരദാനങ്ങളായി മാറുന്നു.

"ഒടുവിൽ ആദ്യമഴ വീണപ്പോഴാണ് എനിക്കു സ്ഥലം മാറ്റമായത്. ചിരിച്ചുകൊണ്ടെന്നെ യാത്രയയ്ക്കാൻ അവിടെ ആരുമുണ്ടായിരുന്നില്ല. ഗോവിന്ദക്കുറുപ്പും ലളിതയും ലളിതയെപ്പോലെ എന്റെ മറ്റു രഹസ്യകാ

മുകിമാരുപോലും. അവരൊക്കെ ചിരിക്കാൻ മറന്നുപോയിരുന്നു; കരയാനും." എന്ന് കഥാനായകൻ പരിതപിക്കുന്നു. ഇവിടെ ശോകമാണ് സ്ഥായീഭാവം. കരുണം ഹൃദയത്തെ വിമലീകരിക്കുന്ന രസമാണ്. ഗ്രാമത്തിന്റെ ദുരവസ്ഥ വായനക്കാരിൽ കരുണരസം ഉല്പാദിപ്പിക്കുന്നു.

ഉർവരതയും ഊഷരതയും പ്രകൃതിയുടേതെന്നപോലെ മനുഷ്യമനസ്സുകളുടേയും ഭാവവൈവിധ്യമാണ്. അവ മാറി മാറി ഭവിച്ചുകൊണ്ടിരിക്കും. ഈ തിരിച്ചറിവിന്റെ നിറവിലാണ് ശാന്തരസം ഉറവെടുക്കുന്നത്. മനുഷ്യന്റെ അടങ്ങാത്ത ആസക്തിയുടെ വിഷവിത്തുകൾ വേനൽകാറ്റിൽ പാറിനടക്കുന്നു. ആത്മപീഡയിലൂടെ അവയെ പ്രതിരോധിക്കാനുള്ള പരിശ്രമങ്ങൾക്ക് മനുഷ്യോല്പത്തിയോളം പഴക്കമുണ്ട്. നായകന്റെ പലായനം അതിന് വൈകാരികതീവ്രത നൽകുന്നു.

'കാവേരി' കറുത്തവളുടെ കഥയാണ്. അത് പരിസ്ഥിതിയുടെയും കഥയാകുന്നു. കൊടിയ ചൂഷണത്തിന്റെ മുറിപ്പാടുകളാണ് കഥയിൽ വിന്യസിച്ചിരിക്കുന്നത്. കാവേരിയെ കഥാകൃത്ത് അവതരിപ്പിച്ചിരിക്കുന്നത് ഇങ്ങനെയാണ് : "കാവേരി കറുത്തവളായിരുന്നു. പനങ്കുല പോലെ നിറഞ്ഞ മുടി. കറുത്ത മുഖത്ത് താരുണ്യം തുളുമ്പുന്ന കവിളുകൾ. പതിനേഴിന്റെ നിറഞ്ഞ, നനവൂറുന്ന അധരങ്ങൾ. ചെറിയ മൂക്കിന്റെ തുമ്പത്ത് മൂക്കുത്തി. തൂവെള്ള നിറമുള്ള കൊച്ചരിപ്പല്ലുകൾ. തിളങ്ങുന്ന കണ്ണുകൾ. കാവേരി അഴകുള്ളവളായിരുന്നു". ചേരിയിൽ കഴിയുന്ന ദരിദ്രയായ പെൺകുട്ടിയുടെ ജീവിതദുരിതങ്ങൾ കഥയിൽ കാണാം. ദാഹിച്ചെത്തുന്നവർക്ക് കുടിവെള്ളം നൽകിയാണ് അവൾ തന്റെ ജന്മം സഫലമാക്കിയിരുന്നത്. പുലരുംമുമ്പ് ഏറെ ദൂരം സഞ്ചരിച്ച് അവൾ വെള്ളം കൊണ്ടുവന്നിരുന്നു. ഒരു പ്രഭാതത്തിൽ ആക്രമിക്കപ്പെട്ട നിലയിൽ അവളുടെ ശരീരം തെരുവോരത്തുനിന്ന് കണ്ടെടുക്കുന്നു. ഭയാനകമാംവിധം അവൾ ബലാൽസംഗത്തിനിരയായി കൊല്ലപ്പെട്ടു.

മരണത്തേക്കാൾ ഭയാനകമായിരുന്നു അവൾക്ക് ജീവിതം. വെന്തെരിയുന്ന തട്ടകത്തെക്കുറിച്ചുള്ള ബോധം അവളെ ഞെട്ടിച്ചു. "ഭൂമി വരണ്ടുകിടന്നലറി നിലവിളിക്കുകയാണെന്നും വൃക്ഷങ്ങൾ വരണ്ട ചുണ്ടുകൾ നനയ്ക്കാൻ ഉമിനീരുപോലുമില്ലാതെ തേങ്ങുകയാണെന്നും മനുഷ്യർ തൊണ്ടയും അന്നനാളവും കുടലും കരിഞ്ഞ്, വെന്തുരുകി, മരണത്തിന്റെ കറുത്ത മുഖത്തേക്കു നോക്കി പേടിച്ചു നിൽക്കുകയാണെന്നും, സൂര്യൻ ഭൂമിയെയും മരണം സകലചരാചരങ്ങളെയും ഗ്രസിക്കാനൊരുമ്പെട്ടു നിൽക്കുകയാണെന്നും ഒക്കെ കാവേരി അറിഞ്ഞു. അറിവുകൾ അവളെ നടുക്കി." മണ്ണിനെ കുളിർപ്പിക്കാൻ അവതരിച്ച ജലപ്രവാഹമാണ് കാവേരി. ചുട്ടുപൊള്ളുന്ന മണ്ണിൽ അവളുടെ കൈകൾ തളരുന്നു. ശക്തി ക്ഷയി

ക്കുന്നു. ഒടുവിൽ അനിവാര്യമായ നാശത്തിന് അവൾ കീഴടങ്ങേണ്ടി വരുന്നു. അങ്ങനെ ഒഴുക്കുനിലച്ച്, വരണ്ടു വിണ്ടുകീറിയ കാവേരി മനുഷ്യന്റെ ക്രൂരതയ്ക്കു മുമ്പിൽ ചത്തുമലച്ചു കിടക്കുകയാണ്.

ജീവിതയാഥാർഥ്യത്തിന്റെ ഉള്ളറകൾ ഭീതി ജനിപ്പിക്കുന്നതാണ്. ആ സത്യം കൺമുമ്പിൽ നിന്നു മറയ്ക്കണേ എന്ന് യശോധയെപ്പോലെ അഭ്യർഥിക്കാനേ നമുക്കുകഴിയൂ. എത്രതന്നെ മറച്ചുവെച്ചാലും അതിന്റെ കരാളഹസ്തങ്ങൾ നമ്മുടെ ഹൃദയഭിത്തിയെ കിടിലം കൊള്ളിച്ചുകൊണ്ടിരിക്കും.

കാവേരിയുടെ കഥ ഊഷരമായിക്കൊണ്ടിരിക്കുന്ന മനുഷ്യമനസ്സുകളുടെ വെളിപ്പെടുത്തലാണ്. അത് വറ്റി വരളുന്ന നദികളെയും അനാഥമാക്കപ്പെടുന്ന നന്മകളേയും പിച്ചിച്ചീന്തപ്പെടുന്ന കന്യകാത്വങ്ങളെയും അടയാളപ്പെടുത്തുന്നു. കാവേരി പ്രകൃതി തന്നെയാണ്. അവൾക്ക് ചുറ്റുപാടുകളിൽ നിന്നുള്ള സൂക്ഷ്മവിലാപങ്ങൾ കേൾക്കാം. അവളെ അത് അസ്വസ്ഥയാക്കുന്നു. ഈ വസ്തുത കൂട്ടുകാരിയായ മീനാക്ഷിയെ അവൾ അറിയിക്കാൻ ശ്രമിച്ചപ്പോൾ 'നിനക്കു വട്ടാ' എന്നു പരിഹസിച്ച് പൊട്ടിച്ചിരിക്കുകയാണുണ്ടായത്. കാവേരി തന്റെ കർത്തവ്യത്തിൽനിന്നു വിരമിച്ചപ്പോൾ മീനാക്ഷി അലമുറയിട്ടു കരയേണ്ടി വന്നു. തെരുവിനെ നടുക്കിക്കൊണ്ട് കാവേരിയുടെ അമ്മയും സഹോദരങ്ങളും നിലവിളിച്ചു. കാവേരി അറിഞ്ഞ യാഥാർഥ്യത്തിൽ നിന്ന് അവരെല്ലാം അപ്പോഴും ഏറെ ദൂരം അകലെയായിരുന്നു.

ചൂഷണത്തിനെതിരായ സ്ത്രീയുടെ പ്രതികരണം 'സൂര്യപ്രകാശം' എന്ന കഥയിൽ കാണാം. തന്നെ വഞ്ചിച്ച പുരുഷനെ ഒരു പ്രതികാര ദുർഗയെപ്പോൽ അവൾ ഞെരിച്ചുകൊല്ലുന്നു. പകരം വീട്ടലിൽ സായൂജ്യം കണ്ടെത്തുന്ന നായികയെ അവതരിപ്പിച്ചിരിക്കുന്നതിനാൽ ബീഭത്സത്തിന്റെ ലഹരിയാണ് കഥ പകർന്നുതരുന്നത്. കഥാരംഭത്തിലെ സൂചനകൾ ഒരു വ്യഭിചാരശാലയുടെ പശ്ചാത്തലം സൃഷ്ടിക്കുന്നു. കുഞ്ഞിനെ ഉറക്കിക്കിടത്തി തൊഴിലിൽ ഏർപ്പെടുന്ന സ്ത്രീയെയാണ് കഥാകൃത്ത് നമുക്ക് പരിചയപ്പെടുത്തിത്തരുന്നത്. കുഞ്ഞ് ഭാവിയിലേക്കുള്ള സൂര്യപ്രകാശമാണ്. അവൾ അതിൽ പ്രതീക്ഷയർപ്പിക്കുന്നു. എന്നാൽ ക്രൂരമായ യാഥാർഥ്യം പ്രതീക്ഷയുടെ സൂര്യബിംബങ്ങളെ തല്ലിക്കെടുത്താൻ പോന്നതാണ്. ഇരുട്ടും നിഴലുകളും അവ്യക്ത ശബ്ദങ്ങളും കൊണ്ട് ജീവിതത്തിന്റെ ബീഭത്സതയിലേക്ക് കഥ നമ്മെ നയിക്കുന്നു.

കച്ചവടം കാപട്യത്തിന്റെയും വഞ്ചനയുടെയും പര്യായമാണ്. നന്മയുടെ വെളിച്ചം കെടുമ്പോൾ കച്ചവടം ആധിപത്യമാടുന്നു. ഇതിന്റെ മറുവശമാണ് 'കച്ചവടം' എന്ന കഥയിൽ കാക്കനാടൻ ചിത്രീകരിക്കുന്നത്.

പ്രതാപം നശിച്ച് കരിന്തിരി കത്തിയ ഒരു തറവാട്ടിലെ കാരണവരാണ് ഇവിടെ കച്ചവടത്തിനിറങ്ങുന്നത്. ആരെയും വഞ്ചിക്കാൻ കഴിയാത്തതു കൊണ്ട് ഗോവിന്ദപ്പിള്ള തന്നെത്തന്നെ വഞ്ചിക്കാൻ പുറപ്പെടുകയാണ്. പന്ത്രണ്ടു തേങ്ങ വിൽക്കണം. രണ്ടരരൂപ ഭാര്യയ്ക്ക് അവകാശപ്പെട്ടതാണ്. അരരൂപ ലാഭമെടുത്താൽ ഒരു ചായയ്ക്കും ബീഡിക്കുമുള്ള വകയുണ്ടാക്കാം. ഒരു ഭാഗത്ത് പഴയ പ്രതാപത്തിന്റെ ദുരഭിമാനം. മറുഭാഗത്ത് കുതന്ത്രങ്ങൾ നിറഞ്ഞ കച്ചവടക്കണ്ണുകൾ. ചെറിയൊരു വെട്ടിപ്പു നടത്തിയില്ലെങ്കിൽ സ്വകാര്യ ചെലവുകൾ നിർവഹിക്കാൻ കഴിയാതെ വരും. വിലപേശാനെത്തിയവരെല്ലാം അയാളെ പരാജയപ്പെടുത്തി. അപ്പോഴാണ് രാഘവൻ കണിയാൻ രക്ഷക്കെത്തിയത്. വടക്കുനിന്ന് പുതുതായി താമസത്തിനെത്തിയ ഡെപ്യൂട്ടി തഹസിൽദാരുടെ വീട്ടിലേക്ക് അയാളെ വഴിതിരിച്ചുവിട്ടത് കണിയാനാണ്. വിലപേശൽ തന്ത്രങ്ങളിൽ പ്രഗൽഭ്യമില്ലാതിരുന്ന തഹസീൽദാരുടെ ഭാര്യ അയാൾ പ്രതീക്ഷിച്ചതിൽ അധികം തുക നൽകാൻ സന്നദ്ധയായി. കച്ചവടത്തിൽ പരാജയപ്പെട്ടുവെങ്കിലും ജീവിതത്തിലെ നന്മയിൽ വിജയം കൈവരിച്ച ഗോവിന്ദപ്പിള്ളയെയാണ് കഥാന്ത്യത്തിൽ നാം കാണുന്നത്.

ജീവിതത്തിലെ വലിയ പതനങ്ങൾക്കിടയിലും പ്രതീക്ഷ പകരുന്ന കൊച്ചുകൊച്ച് അഭിലാഷങ്ങളെയും കൗതുകങ്ങളെയും കുറിച്ച് 'കച്ചവടം' എന്ന കഥ നമ്മെ ഓർമിപ്പിക്കുന്നു. മഴക്കാലത്തെ തണുപ്പിനിടയിൽ ഉന്മേഷം പകരാൻ കുറച്ചു ബീഡികളാണ് ഗോവിന്ദപ്പിള്ളയ്ക്കു വേണ്ടത്. യാത്രയിലെ ക്ഷീണം അകറ്റാനും വ്യത്യസ്തമായ ഒരു രുചി നുകരാനും നരസിംഹവിലാസത്തിൽ നിന്ന് അയാൾക്ക് ഒരു ചായ കുടിക്കണം. സാമ്രാജ്യങ്ങൾ കാൽക്കീഴിൽ നിറുത്താൻ ഇറങ്ങിപ്പുറപ്പെടുമ്പോഴും ഇതിൽ കവിഞ്ഞ സുഖമൊന്നും ലഭിക്കുന്നില്ല. ഗോവിന്ദപ്പിള്ളയ്ക്ക് കച്ചവടത്തിൽ ചെറിയ മുടക്കേ വേണ്ടി വരുന്നുള്ളൂ. അതിനനുസരിച്ച് അയാളുടെ അഭിലാഷങ്ങളും പരിമിതപ്പെടുന്നു. അഭിലാഷസിദ്ധിയാണ് കച്ചവടത്തിലെ ലാഭം. അതിൽ അയാൾക്ക് കുറവൊന്നും ഉണ്ടാകുന്നില്ല. ലാഭം മുടക്കിന് ആനുപാതികമായിരിക്കുമല്ലോ.

നിർവേദം എന്ന സ്ഥായീഭാവമാണ് ശാന്തരസമായി പരിണമിക്കുന്നത്. അഭിലാഷങ്ങൾ പരിമിതപ്പെടുത്തുന്നതിലൂടെ നിർവേദത്തിന്റെ പടികൾ കയറാനാവും. മറ്റു രസങ്ങളുടെ കാര്യത്തിലെന്ന പോലെ ശാന്തത്തിന്റെ കാര്യത്തിലും ആപേക്ഷികത നിലനിൽക്കുന്നുണ്ട്. ഗോവിന്ദപ്പിള്ളയ്ക്കുണ്ടായ സായൂജ്യം ആർത്തിപിടിച്ച അഭിലാഷങ്ങളുടെ അർഥശൂന്യത വായനക്കാരെ ബോധ്യപ്പെടുത്തുന്നു. ഗോവിന്ദപ്പിള്ളയോളം സൗഭാഗ്യവാനാരുണ്ട് എന്ന് കഥാന്ത്യത്തിൽ നാം ചിന്തിച്ചുപോകുന്നു.

ആ കച്ചവടത്തിൽ തഹസീൽദാരുടെ ഭാര്യയ്ക്കാണോ ഗോവിന്ദപ്പിള്ള യ്ക്കാണോ കൂടുതൽ ലാഭം എന്ന ചോദ്യം അവശേഷിക്കുന്നുണ്ട്. "കുഞ്ഞിനിഷ്ടമുള്ളത് തന്നാട്ടെ" എന്ന് അയാൾ പറയുമ്പോൾ ആ സ്ത്രീക്ക് വിലനിലവാരത്തെക്കുറിച്ചുള്ള ആശങ്കകൾ അകലുന്നു. ഭാര്യയ്ക്കു നൽകേണ്ടതിനേക്കാൾ ഒരു രൂപ കൂടുതൽ ലഭിക്കുന്നതിലൂടെ ഗോവിന്ദപ്പിള്ള ഏറ്റവും ഭാഗ്യവാനായ ഇടപാടുകാരനായി മാറുകയാണ്. ഈ രണ്ടു സംതൃപ്തികളും തുലനം ചെയ്യാവുന്നതല്ല. തന്റെ ഉല്പന്നം ചേരേണ്ടിടത്തുതന്നെ ചേർന്നു എന്ന സംതൃപ്തി ഗോവിന്ദപ്പിള്ളയ്ക്ക് അധികമായി കൈവരുകയും ചെയ്യുന്നു. തേങ്ങയ്ക്കു വിലപറഞ്ഞ പലരും അയാളുടെ അഭിമാനത്തിനുകൂടെ വില പറയുകയായിരുന്നു.

'സമ്രാട്ട്' എന്ന കഥയിൽ കാക്കനാടൻ സമകാലിക രാഷ്ട്രീയത്തിന്റെ അപഹാസ്യമായ മുഖമാണ് അനാവരണം ചെയ്യുന്നത്. ഫലപ്രദമായ ഭരണതന്ത്രങ്ങളെക്കുറിച്ച് ഗവേഷണങ്ങൾ നടന്നുകൊണ്ടിരിക്കുന്നു. ലോകത്തിനു മുമ്പിൽ അതിന്റെ അർഥശൂന്യത കഥാകൃത്ത് വെളിപ്പെടുത്തുന്നു. ഭരണത്തിന് മാസ്മരികത കൈവരുത്തുന്നത് പലതരം ഉപജാപങ്ങളാണ്. ഭരിക്കപ്പെടുന്നു എന്ന തോന്നൽ ഭാരതീയരിൽ സൃഷ്ടിക്കാനായാൽ ഏതു പ്രബുദ്ധജനതയെയും മൂക്കിൽ കയറിട്ടു നിയന്ത്രിക്കാൻ ഏതു ദുർബലനും കഴിയുമെന്ന് രഘു തെളിയിക്കുന്നു. ഹാസ്യരസത്തിന്റെ എല്ലാ സാധ്യതകളും കാക്കനാടൻ ഈ കഥയിൽ പ്രയോജനപ്പെടുത്തിയിട്ടുണ്ട്.

സാഹിത്യത്തിലെ രസാസ്വാദനം കൂടുതൽ സ്വാതന്ത്ര്യങ്ങൾ അനുവദിക്കുന്നതാണ്. വിപുലമായ വായനാസാധ്യതകളുള്ള കഥകൾ എന്ന നിലയിൽ എല്ലാ രസങ്ങളും അവയുടെ അനന്തവൈവിധ്യങ്ങളോടെ ആസ്വദിക്കാൻ കാക്കനാടന്റെ രചനകൾ നമുക്ക് അവസരം നൽകുന്നു.

ഒരു ശീതകാലസ്മരണ

ശീതകാലത്തിന്റെ തുടക്കത്തിലെ സുഖകരമായ പ്രഭാതനിദ്രയിൽ നിന്ന് എന്നെ ഉണർത്തിയത് കാളിങ്ങ്ബെല്ലിന്റെ ഇരമ്പമാണ്.

കഴുത്തറ്റം മൂടിയിരുന്ന കമ്പിളി വലിച്ചുമാറ്റി എണീറ്റ്, ഞാൻ റബ്ബർചെരിപ്പുകളിൽ കാലുകൾ തിരുകി, വാർഡ്റോബിൽനിന്ന് ഹാഫ് സ്വെറ്റർ എടുത്തു ധരിച്ച്, വളർന്നിറങ്ങിയ മുടി കൈകളാൽ പിന്നോക്കം മാടി ഒതുക്കി, ഒരു സിഗരറ്റു കൊളുത്തി, സ്വീകരണമുറിയിലേക്കു നടക്കവേ, ആരാണ് ഇവിടെ ഇത്ര രാവിലെ എന്നെ സന്ദർശിക്കാനെത്തിയിരിക്കുന്നത് എന്ന അത്ഭുതമായിരുന്നു എന്നിൽ. നാലഞ്ചു ദിവസമേ ആയിട്ടുള്ളൂ ഞാൻ ഈ ഫ്ളാറ്റെടുത്തിട്ട്. തലേന്നാളാണ് വീട്ടുസാമാനങ്ങൾ ഇങ്ങോട്ടെത്തിയത്. കൂട്ടുകാരുടെ യാത്രയയപ്പുസൽക്കാരത്തിന്റെ ലഹരിയിൽ ഞാനിവിടെ ആദ്യമായി അന്തിയുറങ്ങാനെത്തിയത് കഴിഞ്ഞ രാത്രി വളരെ വൈകിയിട്ടാണ്. എന്നിട്ടും രാവിലെ കാളിങ്ങ്ബെൽ!

നടുപ്പാതിരയ്ക്ക്, ഈ കോളണി കമ്പിളികൾക്കിടയിൽ ഉറങ്ങവേ, എന്നെ ഇവിടെ കൊണ്ടുവന്നിറക്കിപ്പോയ എന്റെ സുഹൃത്തുക്കളാരും ഈ നേരത്ത് ഇവിടെ വരാൻ ഇടയില്ല. അവരിൽ ആരുംതന്നെ ഇത്ര നേരത്തെ ഉറക്കമുണർന്നിട്ടുകൂടിയുണ്ടാവില്ല.

പിന്നെ?

ആരുമാവട്ടെ.

സ്വീകരണമുറിയുടെ പുറത്തേക്കുള്ള വാതിൽ തുറന്ന ഞാൻ അന്തംവിട്ടു.

ബോബ് ചെയ്ത മുടി. റൂഷ് തുടുപ്പിച്ച കവിളുകൾ. മയ്യെഴുതിയ കണ്ണുകൾ. ലിപ്സ്റ്റിക് പുരണ്ട ചിരി.

"ഗുഡ് മോർണിങ്ങ്!"

അപരിചിതയായ ഒരു മധ്യവയസ്ക.

"ഗുഡ് മോർണിങ്ങ്!" ഞാൻ കണ്ണുകൾ തിരുമ്മി.

സാരിക്കുമേൽ അണിഞ്ഞിരുന്ന പുള്ളോവറിന്റെ കുടുക്കുകൾ അഴിഞ്ഞു കിടന്നിരുന്നതുകൊണ്ട്, റോസ് നിറമുള്ള കൊഴുത്ത വയറിന്റെ മടക്കുകൾ കണ്ടു.

“മിസിസ് വർമ,” അവർ സ്വയം പരിചയപ്പെടുത്തി, “അയൽക്കാരിയാണ്”.

ഞാൻ എന്റെ പേരു പറഞ്ഞ് അവരെ ഉള്ളിലേക്കു ക്ഷണിച്ചു.

മിസിസ് വർമ ഉള്ളിൽ കടന്നു വാതിലടച്ചു. എന്റെ ക്ഷണമനുസരിച്ച് ഒരു സെറ്റിയിന്മേൽ ഇരുന്നു. ഞാൻ തെല്ലു പരിഭ്രാന്തനായിരുന്നു. അതു മനസ്സിലാക്കിയിട്ടാവണം, എന്റെ ആദ്യപരിഭ്രാന്തി അകറ്റാനെന്നമാതിരി അവർ സംസാരിക്കാൻ തുടങ്ങി.

പേര് രൂപകലാവർമ. മിസ്റ്റർ വർമ ഒരു എയർലൈൻസ് ഉദ്യോഗസ്ഥനായിരുന്നു. പടിഞ്ഞാറൻ അതിർത്തിയിൽ നടന്ന ഒരു ക്രാഷിൽ ഏഴു കൊല്ലം മുമ്പു മരിച്ചു. ഭർത്താവിന്റെ മരണശേഷം മിസിസ് വർമ ഒരു അമേരിക്കൻ ഫാർമസ്യൂട്ടിക്കൽ കമ്പനിയിൽ പണിക്കുചേർന്നു. രണ്ടു പെൺകുട്ടികളുണ്ട്. പഠിക്കുന്നു. എന്റെ ഫ്ളാറ്റിനു നേരെ എതിരെ നിരത്തിന്നക്കരെ കാണുന്ന ഫ്ളാറ്റിലാണു താമസം. ഇന്നലെ വീട്ടുസാമാനങ്ങൾ കൊണ്ടുവരുന്നതു കണ്ടു. പരിചയപ്പെടാൻ വേണ്ടി വന്നു എന്നേയുള്ളൂ.

അവരുടെ സംസാരരീതിയിലെ ഒരുതരം അനൗപചാരികതയും സരളമായ സൗഹൃദഭാവവും എന്റെ പരിഭ്രാന്തിയെ ഒട്ടൊക്കെ ശമിപ്പിച്ചിരുന്നു. അതുകൊണ്ട് എനിക്ക് അവരോട് ഒരു പരിചയക്കാരിയോടെന്നപോലെ സംസാരിക്കാൻ ബുദ്ധിമുട്ടുണ്ടായില്ല. എന്റെ ഉദ്യോഗക്കാര്യവും ഭാര്യയുടെ കാര്യവും ഒക്കെ ഞാൻ അവരോടു പറഞ്ഞു.

“ക്ഷമിക്കണം”, ഞാൻ പറഞ്ഞു, “കാപ്പിയും തേയിലയും ഒന്നും സ്റ്റോക്കില്ല. ഇന്നു വാങ്ങണം”.

“എന്തിന്?” അവർ ചിരിച്ചു : “ എന്നെ സൽക്കരിക്കാനോ ? ഞാനല്ലേ നിങ്ങളെ സൽക്കരിക്കേണ്ടത് ?”

“എന്നാലും, എന്റെ പുതിയ വീട്ടിൽ ആദ്യമായി വന്ന അതിഥി എന്ന നിലയ്ക്ക്....”

“അതിഥിയോ ? ആരാണ് അതിഥി ?” അവർ ഇടയ്ക്കുകയറി പറഞ്ഞു: “ഞാൻ അയല്ക്കാരിയാണ്. പിന്നെ, ഒരതിഥി വന്നാൽത്തന്നെ ഒരു കുശിനിക്കാരൻ പോലും ഇല്ലാത്തനിലയ്ക്കു നിങ്ങൾ സൽക്കരിക്കേണ്ട കാര്യമില്ല”.

അവർ പെട്ടെന്ന് എണീറ്റു. “എന്നാൽ, ഞാൻ വരട്ടെ. കളികാര്യാദിക

ളൊക്കെ നോക്കിക്കോളൂ. ഇനിയും കാണാം".

ഞാൻ എണീറ്റ് വാതിൽ തുറന്നുപിടിച്ചു. പുറത്തേക്കിറങ്ങിയ അവർക്കു പിന്നാലെ വാതിൽ ചാരി ഞാൻ എന്റെ കിടപ്പറയിലേക്കു നടന്നു. ബാത്റൂമിൽ പോയി മൂത്രമൊഴിച്ചു തിരികെ കിടപ്പറയിൽ വന്നപ്പോൾ ബ്രഷും പേസ്റ്റും ഷേവിങ്ങ് സെറ്റുമൊക്കെയായി വീണ്ടും ബാത്റൂമിലേക്ക് പോവുകയായിരുന്നു ഉദ്ദേശ്യം. പക്ഷേ, പതുപതുത്ത മെത്തയും ചൂടിന്റെ ഉറവിടമായ കമ്പിളിയും കണ്ടപ്പോൾ വീണ്ടും കിടക്കാനാണു തോന്നിയത്. കിടന്നു. കഴുത്തറ്റം കമ്പിളി വലിച്ചു മൂടി. നാട്ടിലുള്ള ഭാര്യയെ ഓർത്തു. കണ്ണുപൂട്ടി.

മയക്കംപിടിച്ചപ്പോഴാണ് കാളിങ്ങ്ബെൽ വീണ്ടും അലറിയത്.

ഇക്കുറി അതിശയിച്ചില്ല. മിസിസ് വർമ തന്നെയാവും. പക്ഷേ, ആയിരുന്നില്ല.

പത്തുപന്ത്രണ്ടുവയസ്സു പ്രായം വരുന്ന ഒരു സുന്ദരിക്കുട്ടി. കൈയിൽ തെർമോഫ്ളാസ്ക്.

"അങ്കിൾജി, കാപ്പി. മമ്മി തന്നയച്ചതാണ്".

"ഓ, താങ്ക്യൂ". ഞാൻ ഫ്ളാസ്ക് വാങ്ങി.

"പേരെന്താ?"

"അനിത".

"വരൂ". ഞാൻ ഉള്ളിലേക്കു കടന്നു.

"സമയമില്ല, അങ്കിൾജീ. ഇനിയൊരിക്കൽ വരാം. എനിക്കു സ്കൂളിൽ പോവാറായി".

അവൾ ഓടിപ്പോവുന്നതു നോക്കി ഞാൻ വാതിൽക്കൽ നിന്നു. എനിക്കു സന്തോഷം തോന്നി. കാപ്പി കിട്ടിയല്ലോ. ഇനി ദിനചര്യകളൊക്കെ മുറപോലെ നടന്നുകൊള്ളും.

അനിത അടുത്തദിവസം രാവിലെ കാപ്പിയുമായി വീണ്ടും വന്നു. അന്നവൾ ഉള്ളിൽ വന്നു. കപ്പും സോസറും കഴുകി, കാപ്പി പകർന്നുതന്നു. കൊച്ചുവർത്തമാനം പറഞ്ഞു. അമ്മ കൊടുത്തയച്ച ഒരു കുറിപ്പും തന്നു. അന്നു വൈകിട്ട് അവരുടെ വീട്ടിൽ ഭക്ഷണം കഴിക്കാനുള്ള ക്ഷണമായിരുന്നു അത്. ഞാൻ ക്ഷണം സ്വീകരിച്ചു. ഏഴരമണിക്ക് എത്തിക്കൊള്ളാമെന്നു പറഞ്ഞ് അനിതയെ യാത്രയാക്കി.

ക്ലബിൽ നിന്നു സാധാരണ പത്തിനും പത്തരയ്ക്കും ഇറങ്ങുന്ന ഞാൻ ഏഴേകാലിനുമുമ്പ് ഇറങ്ങിയപ്പോൾ സുഹൃത്തുക്കൾക്കത്ഭുതമായി.

"എന്തെടോ, കെട്ടിയോളു വന്നോ?"

"ഇല്ല". ഞാൻ പറഞ്ഞു. "ഒരു എൻഗേജുമെന്റുണ്ട്".

“ങും”. അർഥഗർഭമായ മൂളലുകൾ.

എൻഗേജുമെന്റ് എന്താണെന്ന് ഞാൻ എന്റെ സുഹൃത്തുക്കളോടു പറഞ്ഞില്ല. മിസിസ് വർമയെ പരിചയപ്പെട്ട കാര്യവും പറഞ്ഞില്ല. വെളിച്ചങ്ങളിലും മൂടൽ മഞ്ഞിലും മുങ്ങി എനിക്കെതിരെ അതിദ്രുതം പാഞ്ഞുവന്നിരുന്ന നഗരസന്ധ്യയെ മുറിച്ച് ഓട്ടോറിക്ഷായിൽ സഞ്ചരിക്കവേ ഞാൻ ആലോചിച്ചു, എന്തുകൊണ്ടാണ് ഞാൻ ഇക്കാര്യം കൂട്ടുകാരോടു പറയാഞ്ഞതെന്ന്. അതൊരു പ്രധാനപ്പെട്ട കാര്യമല്ല എന്നു തോന്നിയിട്ടാവാം. അതോ?–

എത്തിയപാടേ തെല്ലു വൈകിയതിനു ഞാൻ മാപ്പു പറഞ്ഞു.

“എയ്, സാരമില്ല”, മിസിസ് വർമ പറഞ്ഞു, “അത്രയ്ക്കൊന്നും വൈകീട്ടില്ലല്ലോ”.

അവരുടെ സ്വീകരണമുറി വളരെ ഭംഗിയായി അലങ്കരിച്ചിരുന്നു. അനിതയുടെ കവിളത്തു തട്ടി, അവളെ അടുത്തുപിടിച്ചിരുത്തി, ഞാനൊരു സെറ്റിയിന്മേൽ ഇരുന്നു. മിസിസ് വർമ എനിക്കെതിരെ ഇരുന്നു.

“അപർണാ!” അവൾ വിളിച്ചു.

“ജീ മമ്മീ”.

ഉള്ളിൽനിന്നു മറുപടി വന്നു. പിന്നാലെ ചുവന്നു തടിച്ച ഡോർകർട്ടൻ നീക്കി പൊന്നിൻകുടംപോലൊരു പതിനേഴുകാരി.

“എന്റെ മൂത്തമകൾ”, മിസിസ് വർമ പറഞ്ഞു, “കുട്ടികളുടെ അച്ഛന് ബംഗാളി പേരുകളോടു വലിയ കമ്പമായിരുന്നു”. എന്നിട്ടവർ മകളോടു പറഞ്ഞു: “അങ്കിൾജിയെ വന്ദിക്കൂ”

അവൾ സീനിയർ കേംബ്രിഡ്ജിനു പഠിക്കുകയാണെന്ന് ഞാൻ ചോദിച്ചറിഞ്ഞു.

“അങ്കിൾജീ, കോട്ടൂരണ്ടേ?” അവൾ ചോദിച്ചു. ആവർത്തിച്ചു വിളിക്കവേ, ഇരുപത്തെട്ടുകാരനായ ഞാൻ ഒരു കിഴവനായിപ്പോവുന്നുവോ എന്ന ആശങ്ക എന്നെ വല്ലാതെ ഉലയ്ക്കുകയും ഇവൾ എന്തുകൊണ്ടെന്നെ അവളുടെ തലമുറയിലേക്കു സ്വീകരിക്കുന്നില്ല എന്ന ദുഃഖം എന്നെ കഠിനമായി അലട്ടുകയും ചെയ്തു.

ഞാൻ കോട്ടൂരിയപ്പോഴേക്കും അപർണ ഹാങ്ങറുമായി വന്നു. അവൾതന്നെ എന്റെ കോട്ടു വാങ്ങി ഉള്ളിലേക്കു കൊണ്ടുപോയി.

“പട്ടണത്തിൽ നിന്നു നേരെ വരികയല്ലേ? മുഖമൊക്കെ ഒന്നു കഴുകിക്കോളൂ”. ഒരു ചേച്ചിയുടെ വാത്സല്യപൂർവമായ കരുതലുണ്ടായിരുന്നു മിസിസ് വർമയുടെ ശബ്ദത്തിൽ. അവർ മകളോടു വിളിച്ചു പറഞ്ഞു: “അപർണാ, അങ്കിൾജിക്ക് വാഷ്ബേസിനും ഡ്രസ്സിംഗ് ടേബിളും കാട്ടി

ക്കൊടുക്കൂ".

"ഞാൻ കാട്ടിക്കൊടുക്കാം". അനിത എന്റെ കൈ പിടിച്ച് എണീറ്റു. അവൾ എന്നെ ഒരു ബെഡ്റൂമിലേക്കാണു നയിച്ചത്. "ഇത് ഞങ്ങളുടെ ബെഡ്റൂം'', അവൾ പറഞ്ഞു. ''അത് മമ്മീടെ'', അവൾ മറ്റൊരു ബെഡ്റൂം ചൂണ്ടിക്കാട്ടി. കുട്ടികളുടെ മുറിയിൽനിന്നു ഞങ്ങൾ ഡൈനിങ്ങ് റൂമിൽ കടന്നു. അവിടെയായിരുന്നു വാഷ്ബേസിൻ. അടുക്കളയിൽ നിന്ന് എന്തൊക്കെയോ ഡൈനിങ്ങ് ടേബിളിന്മേൽ കൊണ്ടുവന്നു നിരത്തുകയായിരുന്ന അപർണ എന്നെ നോക്കി വശ്യമായി ചിരിച്ചു.

ഞാൻ ടൈ അയച്ചു. മുഖം കഴുകി. അനിത തന്ന ടവ്വൽ കൊണ്ടു തുടച്ച്, ബെഡ്റൂമിലേക്കു കടന്നു. അവിടെ ഡ്രസ്സിങ്ങ് ടേബിളിനടുത്തു മിസിസ് വർമ നിൽക്കുന്നുണ്ടായിരുന്നു. അവരുടെ സമീപം നിന്നപ്പോൾ അവരിൽ നിന്നേതോ സുഗന്ധദ്രവ്യങ്ങളുടെ തീക്ഷ്ണസൗരഭ്യം പ്രസരിക്കുന്നതു ഞാൻ അറിഞ്ഞു. പെട്ടെന്നു ഞാനവരെ നോക്കി. അവർ സ്ലീവില്ലാത്ത ബ്ലൗസാണു ധരിച്ചിരിക്കുന്നതെന്ന് അപ്പോഴാണ് ഞാൻ ശ്രദ്ധിച്ചത്. അവരുടെ നിശ്വാസത്തിനനുസരിച്ച് നിറഞ്ഞ മാറിടം ഉയർന്നു താണു. അവരുടെ ചുണ്ടുകളിലെ ചുവന്ന ചിരി ഹരം പിടിപ്പിക്കുന്നതായിരുന്നു. ആ ചിരിയുടെ ലഹരി അവരുടെ കണ്ണുകളിലും കണ്ടു.

"ഡ്രസ്സ് ചെയ്തോളൂ," അവർ പറഞ്ഞു.

ഞാൻ പെട്ടെന്ന് ഉണർന്നു. തല ചീകി. ലേശം പൗഡർ മുഖത്തു തടവി. ടൈയുടെ നോട്ടുമുറുക്കി. നിലക്കണ്ണാടിയിൽ നോക്കിയപ്പോൾ എന്നെത്തന്നെ ഉറ്റുനോക്കിനിൽക്കുന്ന മിസിസ് വർമയുടെ പ്രതിരൂപം എന്നെ വല്ലാതെ നടുക്കിക്കളഞ്ഞു.

"വരൂ, എന്റെ ബെഡ്റൂം കാണണ്ടേ?"

ചുവന്ന കർട്ടനിലുരുമ്മി അവരെ പിന്തുടർന്ന് ഞാൻ അടുത്ത മുറിയിൽ പ്രവേശിച്ചു. ആ മുറി ആകെ സുഗന്ധമയമായിരുന്നു. മനോഹരമായ ഡബിൾകോട്ട്. ചുവന്ന വെൽവെറ്റിന്റെ ഉറയിട്ട രജായി. ചുവന്ന ബെഡ് കവറുകൾ. ചുവന്ന ഉറയിട്ട തലയണകൾ. ഒരു ചെറിയ ഡ്രസ്സിങ്ങ് ടേബിൾ. അതിന്മേൽ വിലപിടിച്ച സുഗന്ധദ്രവ്യങ്ങൾ. രണ്ടുപേർക്കിരിക്കാവുന്ന ഒരു സെറ്റി, ഒരു ടീപ്പോയ്, ഒരലമാര, ഒരു ഫ്രിഡ്ജ്. ചുമരിൽ ഒരു വാർഡ്റോബ്. അവരുടെ രംഗവിധാനപടുതയിൽ എനിക്കു മതിപ്പുണ്ടായി.

"ഇത് അത്ഭുതകരമായൊരു മുറിയാണ്". എന്റെ ആസ്വാദനം ഞാനറിയാതെ തന്നെ വാക്കുകളിൽ പുറത്തേക്കുവന്നു.

"യഥാർഥത്തിൽ?" അവർ ചിരിച്ചു. "ഇരിക്കൂ"

എവിടെ ഇരിക്കണം എന്നു ഞാനൊന്നു പതറിനിൽക്കവേ എന്റെ പരുങ്ങൽ മനസ്സിലാക്കി, അവർ പറഞ്ഞു :

“എവിടെ വേണമെങ്കിലും ഇരിക്കാം. ഇതു നിങ്ങളുടെ വീടാണെന്നു കരുതിക്കോളൂ”.

ഒരു നിമിഷം ശങ്കിച്ചുനിന്നിട്ട് ഞാൻ സെറ്റിയിൽ ഇരുന്നു. സിഗരറ്റിനു കീശയിൽ പരതി. ഞാൻ അനിതയെ വിളിച്ചു.

“കോട്ടിന്റെ കീശയിൽ സിഗരറ്റുണ്ടോ എന്നു നോക്കൂ”.

“അവൾ പുറത്തേക്കോടിയപ്പോൾ അവളുടെ അമ്മ പറഞ്ഞു : “മോളെ, ആഷ്ട്രേ കൂടി കൊണ്ടുപോരൂ”. എന്നിട്ടവർ എന്നോടായി കൂട്ടിച്ചേർത്തു: “സിഗരറ്റില്ലെങ്കിലും വിഷമിക്കേണ്ട. ഇവിടെയുണ്ട്”.

പെട്ടെന്ന് എനിക്ക് എന്തോ തോന്നി.

അനിത സിഗരറ്റും ആഷ്ട്രേയും കൊണ്ടുവന്നപ്പോൾ മിസിസ് വർമ പറഞ്ഞു : അപർണയെ വിളിക്കൂ”.

അവർ അവളോടു ചോദിച്ചു: “ഭക്ഷണം തയ്യാറായോ?”

“ഉവ്വ്, മമ്മീ”.

“നിങ്ങൾക്കു ഭക്ഷണം കഴിക്കാൻ തിടുക്കമുണ്ടോ? അരമണിക്കൂർ കാക്കാമോ?”

“ഒരു മണിക്കൂർ കാക്കാമല്ലോ”, അനിത പറഞ്ഞു.

“എങ്കിൽ നിങ്ങൾ പുറത്തുപോയിരുന്നു വായിച്ചോളൂ. ഞങ്ങൾ സംസാരിക്കട്ടെ”.

എന്റെ ഉള്ളിൽ സംശയത്തിന്റെ പക്ഷി ചിറകിട്ടടിച്ചു.

“അല്പം വിസ്കി കഴിക്കുന്നതിൽ വിരോധമുണ്ടോ?”

മിസിസ് വർമയുടെ വിസ്കിപോലുള്ള ശബ്ദം

എന്റെ ഉള്ളിലെ ചിറകടി ഉച്ചത്തിലായി.

“ഞാൻ വല്ലപ്പോഴും ലേശം കഴിക്കാറുണ്ട്”. ഞാൻ പറഞ്ഞു. വാസ്തവത്തിൽ നേരത്തെ ലേശം കഴിക്കാൻ, ഇങ്ങോട്ടു പോരാനുള്ള തിടുക്കത്തിൽ, മറന്നുപോകുകയാണുണ്ടായതെന്ന കാര്യം ഞാൻ അവരോടു പറഞ്ഞില്ല.

“ഞാൻ കഴിക്കാറേയില്ല”, അവർ പറഞ്ഞു. “അപൂർവം ചില സന്ദർഭങ്ങളിലൊഴികെ”. അതു പറയുന്നതിനിടയിൽ അവർ അലമാര തുറന്ന് ചിവാസ് റീഗലിന്റെ ഒരു കുപ്പിയും രണ്ടു ഗ്ലാസുകളും ഒരു പായ്ക്കറ്റ് സ്റ്റേറ്റ് എക്സ്പ്രസ്സും ടീപ്പോയിന്മേൽ കൊണ്ടുവന്നു വെച്ചു.

ഞാൻ കൈയിലിരുന്നെരിഞ്ഞ സിഗരറ്റ് ആഞ്ഞു വലിച്ചു.

ഫ്രിഡ്ജിൽനിന്ന് ഐസ്ക്യൂബുകളും സ്പൂണും എടുത്ത് അവർ വന്ന്

എന്റെ സമീപം സെറ്റിയിൽ ഇരുന്നപ്പോൾ ഉള്ളറപ്പക്ഷിയുടെ ചിറകടി ശബ്ദം അവർ തന്നെ കേൾക്കുമോ എന്നു ഞാൻ ഭയന്നു. ഏതെങ്കിലും, ചിവാസ്റീഗലും വേണ്ട ഒരു സ്കോച്ചും വേണ്ട, ഏതെങ്കിലും ഒരിറക്കു ലഹരിക്കായി ഞാൻ ദാഹിച്ചു.

പെട്ടെന്ന് ഡ്രസ്സിങ്ങ് ടേബിളിങ്കൽവെച്ച് അവരുടെ കണ്ണുകളിലും ചുണ്ടുകളിലും പ്രത്യക്ഷപ്പെട്ട, മോഹിപ്പിക്കുന്ന മന്ദഹാസം ഞാൻ ഓർത്തു. തിരിഞ്ഞുനോക്കിയപ്പോൾ അവരുടെ ചുണ്ടത്ത് അതേ മന്ദഹാസം വിടർന്നു നിൽക്കുന്നതു കണ്ടു ഞാൻ നടുങ്ങി.

ഐസ്ക്യൂബുകൾ നിറച്ച വിസ്കി ഗ്ലാസുകളുയർത്തി ഞങ്ങൾ ചീയേഴ്സ് പറഞ്ഞു.

ഐസ് ക്യൂബുകൾക്കിടയിലൂടെ, ഒരു കാട്ടുനീരുറവയിൽനിന്നു വെള്ളാരംകല്ലുകളിലൂടെ എന്ന മാതിരി, ഉറന്നൊലിച്ചുവന്ന വിസ്കി നുണഞ്ഞു ഞാനിരിക്കവേ എന്നെ നിരായുധനാക്കുന്ന, കുറഞ്ഞപക്ഷം പരിഭ്രമിപ്പിക്കുകയെങ്കിലും ചെയ്യുന്ന ഒരു ചോദ്യം എന്റെ അസാധാരണമായ ആതിഥേയയിൽനിന്നുയർന്നു:

"നിങ്ങൾക്ക് എന്നെക്കുറിച്ച് എന്തുതോന്നുന്നു?"

എനിക്കവരെപ്പറ്റി അപ്പോൾ എന്തുതോന്നിയിരുന്നുവെന്ന്, സത്യംപറഞ്ഞാൽ എനിക്കറിയാമായിരുന്നു. ഒരുതരം വിഡ്ഢിച്ചിരിയോടെയാവണം ഞാൻ അവരെ നോക്കിയത്.

അടുത്ത ഒരു മണിക്കൂർനേരം ഐസ്ക്യൂബുകളിലൂടെ ഒലിച്ചിറങ്ങിവന്ന ചിവാസ്റീഗൽ ഉള്ളിലുണർത്തിയ നാഡീചലനങ്ങളിലൂടെ, സ്റ്റേറ്റ് എക്സ്പ്രസ്സിന്റെ സുഖകരമായ ധൂമചംക്രമണത്തിലൂടെ, ഞാൻ അവരെ അറിയുകയായിരുന്നു. അവർ സമർഥമായും വാചാലമായും വികാരാധീനയായും സംസാരിച്ചു. ചിലപ്പോൾ മൂക്കുചീറ്റി, ചിലപ്പോൾ കണ്ണുതുടച്ചു. അപ്പോഴൊക്കെ മാപ്പുപറയാൻ മറന്നില്ല. ചിലപ്പോൾ ആരോടും പറയാത്ത രഹസ്യം എന്നോടു പറയുന്നപോലെ പെരുമാറി. ചിലപ്പോൾ എന്റെ കൈ കടന്നുപിടിച്ച്, ബലമായി അടുപ്പത്തിന്റെ ഭാവത്തിൽ അമർത്തി.

അവരുടെ ഭർത്താവിന് അവരോടുണ്ടായിരുന്ന കരുതലിനെപ്പറ്റി, അവരിരുവരും തമ്മിലുണ്ടായിരുന്ന പരസ്പരസ്നേഹത്തിന്റെ തീക്ഷ്ണതയെപ്പറ്റി, അദ്ദേഹത്തിന്റെ മരണം അവരിൽ ഉളവാക്കിയ തീരാദുഃഖത്തെപ്പറ്റി, ആ വേർപാട് അവരുടെ ജീവിതത്തിൽ വരുത്തിയ, ഒരിക്കലും നികത്താനാവാത്ത ശൂന്യതയെപ്പറ്റി പുരുഷന്റെ തുണയില്ലാത്ത ജീവിതത്തിന്റെ യാതനകളെപ്പറ്റി, കുട്ടികളെ മാന്യമായി വളർത്താൻ വേണ്ടി

അവർപെടുന്ന പാടുകളെപ്പറ്റി, അവർ കേൾക്കേണ്ടിവരുന്ന അപവാദങ്ങളെപ്പറ്റി, ഉൽക്കടമമായ ഒരു ദുഃഖത്തെ താൽക്കാലികമായി അമർത്തിവെയ്ക്കാൻ വേണ്ടി അവർ തേടിച്ചെല്ലുന്ന അയഥാർഥവും അർഥശൂന്യവുമായ അഭയ സങ്കേതങ്ങളെപ്പറ്റി....

അനന്തമായി ചുരുൾനിവരുന്ന വേദനകളുടെ പരവതാനി എനിക്കുമുന്നിൽ....

അവർ തന്നെയാണ്, പൊടുന്നനെയാണ്, വിരാമമിട്ടത്:

“കുട്ടികൾക്കു വിശക്കുന്നുണ്ടാവും. നമുക്കു ഭക്ഷണം കഴിക്കാം”.

“തീർച്ചയായും”. ഞാൻ പറഞ്ഞു.

മിസിസ് വർമ എന്നെ ആഫീസിലേക്കു ഫോൺ ചെയ്തു കുശലം പറഞ്ഞു. കണ്ടപ്പോൾ ഞങ്ങളൊന്നിച്ച് നിരുലയുടെ ഗുഹയിലോ യുണൈറ്റഡ് കോഫിഹൗസിലോ ഗേയ്ലോർഡിലോ മണിക്കൂറുകളോളം സംസാരിച്ചിരുന്നു. സംസാരവിഷയം എപ്പോഴും അവരുടെ നിസ്സഹായതാബോധവും ഏകാന്തതാബോധവും ആയിരുന്നു. ഞങ്ങൾ സിനിമയ്ക്കോ നാടകത്തിനോ സംഗീതസദിരുകൾക്കോ പോയി, രാത്രിയിൽ ഓട്ടോറിക്ഷയിലോ ടാക്സിയിലോ വീട്ടിലേക്കു മടങ്ങവേ അവർ എന്നെ തൊട്ടുരുമ്മിയിരുന്നു. അവരുടെ മുടി എന്റെ കവിളിൽ ഇഴഞ്ഞു. ആ മുടിയുടെ ഗന്ധം എന്നിലേക്കു തറഞ്ഞുകയറി.

“നീ അടുത്തുള്ളപ്പോൾ എനിക്കെന്തൊരാശ്വാസമാണെന്നോ!” അവർ പറഞ്ഞു.

ഞാൻ ചിലപ്പോൾ അവരെ ചുറ്റിപ്പിടിച്ചു. അവർ പ്രതിഷേധം കാട്ടിയില്ല. വീട്ടുവാതില്ക്കലിറങ്ങി, ഞൻ യാത്രപറഞ്ഞപ്പോൾ അവരെന്നെ വിട്ടില്ല. അവരുടെ വീട്ടിൽ രണ്ടോ മൂന്നോ പെഗ്ഗിന്മേൽ, കുട്ടികളും കോളണിയും ഉറങ്ങിയ നേരത്ത് പിന്നെയും ഞങ്ങൾ സംസാരിച്ചിരുന്നു. അതും കഴിഞ്ഞാണ് ഞാൻ നിരത്തുമുറിച്ച് എന്റെ വസതിയിലേക്കു നടക്കുക.

അവരുടെ വീട്ടിലെ ഒരംഗമായിരുന്നു ഞാൻ. അതുകൊണ്ട് അവർ എന്നോടു രണ്ടുതവണയായി മുന്നൂറ്റിയമ്പതുറുപ്പിക വാങ്ങിയെങ്കിലും അതു കടംവാങ്ങിയതായി എനിക്കു തോന്നിയില്ല.

എനിക്ക് അവരോടുണ്ടായിരുന്ന ചേതോവികാരം എന്തായിരുന്നുവെന്നു നിർവചിക്കാൻ എനിക്കു കഴിഞ്ഞിരുന്നില്ല. അവരുടെ പെരുമാറ്റത്തിൽനിന്ന് എന്നോടുണ്ടായിരുന്ന അവരുടെ മനോഭാവം പിടിച്ചെടുക്കുവാനും എനിക്കു സാധിച്ചിരുന്നില്ല. അവർ എന്നോട് ചിലപ്പോൾ കലവറയില്ലാതെ സംസാരിക്കുകയും സിനിമാശാലകളിൽ എന്നോടു ചാഞ്ഞിരിക്കുകയും മിന്നിട്ടുകളോളം എന്റെ കൈ അവരുടെ കൈകളിൽ എടുത്തു

തലോടുകയും ഞാൻ കുടിച്ച ഗ്ലാസിൽനിന്നു കുടിക്കുകയും ഞാൻ വലിച്ച സിഗരറ്റ് വലിക്കുകയും ചെയ്തെങ്കിലും അതൊക്കെ യാദൃച്ഛികമെന്ന ല്ലാതെ എന്തിന്റെയെങ്കിലും സൂചനയാണെന്ന് എന്തുകൊണ്ടോ എനിക്കു തോന്നിയില്ല.

ഞാൻ അവരെ ആഗ്രഹിച്ചിരുന്നോ? അതും എനിക്കു തിട്ടമില്ലായിരുന്നു. ചില രാത്രികളിൽ അവരുടെ സമീപത്തുനിന്ന് മടങ്ങിവന്ന്, എന്റെ കിടപ്പറയിൽ എന്റെ ക്വിൽറ്റിനടിയിൽ, ഏകനായി കിടക്കവേ, എന്നിൽ പിന്നെയും ബാക്കിനിന്നിരുന്ന മദ്യലഹരിയിൽ എന്നിൽ തങ്ങിനിന്നിരുന്ന അവരുടെ സൗരഭ്യത്തിന്റെ ലഹരിയിൽ ഞാൻ അവരെ നൈമിഷികമായി ആഗ്രഹിച്ചിരുന്നിരിക്കണം. എങ്കിൽപ്പോലും അത് ഒരു മൂർത്തമായ ആഗ്രഹമായി വളർന്നിരുന്നില്ല എന്നെനിക്കുറപ്പുണ്ട്.

ഞാൻ അവരെ സൽവാറിലും കമ്മീസിലും ആദ്യമായി കണ്ടപ്പോൾ അവർ ചോദിച്ചു: "ഈ വേഷത്തിൽ ഞാൻ എങ്ങനെയുണ്ട് ?"

ഞാൻ പെട്ടെന്ന് മറുപടി പറഞ്ഞു: "ഏതു വേഷത്തിലും നിങ്ങൾ അത്യന്തം സുന്ദരിയാണ്".

അവർ ഒന്നു ചൂളിയോ? ഏതായാലും അവർ പൊടുന്നനെ വിഷയം മാറ്റിയപ്പോൾ അങ്ങനെ പറയേണ്ടിയിരുന്നില്ല എന്ന് എനിക്ക് തോന്നി.

ഒരു ഞായറാഴ്ച രാവിലെ ഞാൻ ഷേവ് ചെയ്യവേ കാളിങ്ങ്ബെൽ അടിക്കുകപോലും ചെയ്യാതെ കടന്നുവന്ന് മിസിസ് വർമ പറഞ്ഞു : "ഇന്നു പുറത്തെങ്ങും പോവണ്ട. ഉച്ചയൂണ് നമുക്ക് ഒന്നിച്ചാവാം".

"ക്ലബിൽ റമ്മിയുണ്ട്". ഞാൻ പറഞ്ഞു. "കൂട്ടുകാർ കാത്തിരിക്കും".

"സാരമില്ല. വൈകുന്നേരം ക്ലബിൽ പോയാൽ മതി, പ്ലീസ്!".

അവർ നിർബന്ധിച്ചു.

ഞാൻ അവരുടെ കാളിങ്ങ്ബെല്ലിന്റെ സ്വിച്ചിൽ വിരലമർത്തി. വാതിൽ തുറന്നത് മിസിസ് വർമതന്നെയാണ്. ചുവന്ന പട്ടുകമ്പിളിയുടെ ഒരു ഗൗണാണ് അവർ ധരിച്ചിരുന്നത്. മുൻവശം തുറസ്സായ ഗൗണിന്റെ അരപ്പട്ടപോലും ചുവപ്പായിരുന്നു. ലിപ്സ്റ്റിക്കോ റൂഷോ അവർ അണിഞ്ഞിരുന്നില്ല. അവരിൽനിന്നു സാധാരണ പുറപ്പെടുന്ന തീക്ഷ്ണസൗരഭ്യത്തിന്റെ സ്ഥാനത്ത് ടോയ്‌ലറ്റ് സോപ്പിന്റെയും ഷാമ്പൂവിന്റെയും നേർത്ത സുഖദമായ പരിമളമായിരുന്നു.

വാതിലടച്ചുപൂട്ടി, ഉള്ളിലേക്കു തിരിഞ്ഞ്, അവർ പറഞ്ഞു : "ഞാൻ കുളിമുറിയിലായിരുന്നു വരൂ".

"അതു മനസ്സിലായി". ഞാൻ അവരുടെ പിന്നാലെ കിടപ്പറയിലേക്ക് നടന്നു.

"കുട്ടികളെവിടെ?"

"അവർ ഇന്നൊരു പിക്നിക്കിനു പോയിരിക്കുന്നു. രാത്രിയിലേ വരൂ". മിസിസ് വർമ ഡ്രസ്സിങ്ങ് ടേബിളിനുമുന്നിൽ നിന്ന് മുടി മാടിയപ്പോൾ ഞാൻ ഒരു സിഗരറ്റ് കൊളുത്തി സെറ്റിയിന്മേൽ ഇരുന്നു.

"അതുകൊണ്ടല്ലേ ഞാൻ നിന്നെ പിടിച്ചുനിർത്തിയത്? അല്ലെങ്കിൽ പകൽ മുഴുവൻ ഞാൻ ഒറ്റയ്ക്കിരുന്നു മുഷിയും".

ഞാൻ പറഞ്ഞു: "മനുഷ്യന്റെ യഥാർഥ സൗന്ദര്യത്തിനു തടസ്സമാണ് ഈ റൂഷും ലിപ്സ്റ്റിക്കും ഒക്കെ".

"അതെന്താ. നീ അങ്ങനെ പറഞ്ഞത് ?"

അവർ വെട്ടിത്തിരിഞ്ഞ് എന്നെ നോക്കി.

"ഇപ്പോൾ നിങ്ങൾ സാധാരണയിൽ പതിന്മടങ്ങു സുന്ദരിയാണ്".

"ഉവ്വോ?" അവർ കുലുങ്ങിച്ചിരിച്ചു. "എന്നാൽ ഞാനിന്ന് മേക്കപ്പ് ചെയ്യുന്നില്ല".

"ചെയ്തോളൂ". ഞാൻ പറഞ്ഞു. "എനിക്കു വിരോധമില്ല".

"വേണ്ട. നമ്മൾ രണ്ടാളല്ലേയുള്ളൂ?"

അവർ അലമാരിയിൽനിന്ന് വിസ്കിക്കുപ്പിയും ഗ്ലാസുകളും സിഗരറ്റും എടുത്തുകൊണ്ടുവന്നു. ഫ്രിഡ്ജിൽ നിന്ന് ഐസ് കൊണ്ടുവന്നു.

വിസ്കി, ചീയേഴ്സ്!

"ഡ്രസ്സ് ചെയ്യണ്ടേ?" ഞാൻ തിരക്കി.

ഗൗൺ അവരെ പൂർണമായി ആച്ഛാദനം ചെയ്തിരുന്നുവെങ്കിലും എന്റെ ചോദ്യം കേട്ടപ്പോൾ ഗൗണിന്റെ ഇരുപാളികളും ഒന്നുകൂടി വലിച്ചടുപ്പിച്ച് എന്റെ സമീപം സെറ്റിയിന്മേൽ ഇരുന്നുകൊണ്ട് അവർ ചോദിച്ചു:

"എന്താ ഞാൻ നഗ്നത മറച്ചിട്ടില്ലേ?"

"അതുകൊണ്ടല്ല, കുളി കഴിഞ്ഞ് വേഷം മാറിയില്ലെങ്കിൽ സുഖം തോന്നില്ലെന്നു കരുതി", ഞാൻ പറഞ്ഞു.

"എനിക്കു സുഖക്കുറവൊന്നുമില്ല". അവർ ചിരിച്ചു. "പിന്നെ, ഇതു നമ്മുടെ വീടല്ലേ?"

ഗ്ലാസിൽ വിസ്കി നുരഞ്ഞു. നാവിൽ വിസ്കി നുരഞ്ഞു. ഉള്ളിലേക്കുള്ള കുഴലുകളിൽ വിസ്കി നുരഞ്ഞു. ചോരക്കുഴലുകളിലും ഞരമ്പുകളിലും വിസ്കി നുരഞ്ഞു.

ഞങ്ങൾ സംസാരിച്ചുകൊണ്ടിരുന്നു. മിസിസ് വർമയ്ക്ക് തലയ്ക്കു കൊണ്ടു എന്നു തോന്നി. അവർ അവരുടെ സഫലമാകാത്ത സ്വകാര്യ മോഹങ്ങളെക്കുറിച്ചും സ്ത്രീസഹജമായ ആഗ്രഹങ്ങളെക്കുറിച്ചും ഒക്കെ പതിവിലേറെ വിശദമായും തെളിച്ചും സംസാരിച്ചു.

പലപ്പോഴും അവർ എന്നോടു ചാഞ്ഞിരുന്നു. ഗൗണിന്റെ ഒരു പാളി നീങ്ങി ഒരു കാൽ മുക്കാലും നഗ്നമായതും ആ നഗ്നതയുടെ വെണ്മയിലേക്കു ഞാൻ ഒരു പ്രത്യേകതരം ഉൾക്കിടിലത്തോടെ നോക്കിയിരുന്നതും അവർ അറിഞ്ഞില്ലെന്നു തോന്നി.

ഞാൻ അവരെ ചുറ്റിപ്പിടിച്ച് എന്നോടു ചേർത്തമർത്തിയപ്പോൾ ഗൗണിന്നടിയിൽ അവരുടെ ഉടൽ പിടയുന്നത് എനിക്കനുഭവപ്പെട്ടു. അവർ കുതറിയില്ല. എന്റെ ചുറ്റിപ്പിടുത്തത്തിൽഅവർ സുഖം അനുഭവിക്കുന്നു എന്ന് അവരുടെ അസ്വസ്ഥമായ ചലനം വ്യക്തമാക്കി. ഒരു സ്വപ്നത്തിലെന്നപോലെ, ഞാൻ മാത്രം കേൾക്കാനെന്നപോലെ, പൊടുന്നനെ, അവർ അടക്കിയ സ്വരത്തിൽ, എന്നാൽ വികാരസാന്ദ്രമായ സ്വരത്തിൽ പറഞ്ഞു: "എനിക്കു നാല്പതു വയസ്സേ ആയിട്ടുള്ളൂ. ഞാൻ ഒരു സ്ത്രീയാണ്. എന്റെ ആഗ്രഹങ്ങൾ നിനക്കു മനസ്സിലാവില്ല".

"നിങ്ങളുടെ ആഗ്രഹങ്ങൾ എനിക്കു മനസ്സിലാവും". ഞാൻ പറഞ്ഞു.

"ഉവ്വോ?" പെട്ടെന്നു മിസിസ് വർമ എന്റെ മുഖം അവരുടെ ഇരുകൈകളിലും എടുത്തു. എന്റെ കണ്ണുകളിലേക്ക് ഉറ്റുനോക്കിയ അവരുടെ കണ്ണുകളിൽ വന്യമായൊരു തിളക്കം കണ്ടു. ആ തിളക്കം എന്റെ ഉള്ളിലേക്ക് ഒരു രശ്മിമാതിരി, ഒരു ശരത്തിന്റെ വേഗത്തിൽ പാഞ്ഞുകയറുന്നത്, അതെന്റെ ചോരക്കുഴലുകളെ വൈദ്യുതീകരിക്കുന്നത് ഞാൻ അറിഞ്ഞു. അവരിൽനിന്ന് ഒരു സുഗന്ധദ്രവ്യത്തിന്റേയും അല്ലാത്ത, തീക്ഷ്ണമായ, ശക്തമായ സ്ത്രീയുടെ ഗന്ധം ഉയർന്നു. ആ ഗന്ധം എന്നെ ആസകലം ഉണർത്തി. അവരുടെ ശബ്ദത്തിന് അപ്പോൾ കൈവന്ന അപൂർവവും അസാധാരണവുമായ മൂർച്ച എന്നെ പിടിച്ചുകുലുക്കി. "നിനക്കു മനസ്സിലാവുമോ? എന്നിട്ട് നീ എന്നെ നിങ്ങൾ എന്നു വിളിക്കുന്നതെന്ത് ? എന്നെ നീ എന്നു വിളിക്കൂ. രൂപകലാ എന്നു വിളിക്കൂ. രൂപാ എന്നു വിളിക്കൂ".

പെട്ടെന്ന് ഞങ്ങൾ പരസ്പരം പുണർന്നു. എന്റെ ചുണ്ടുകൾ അവരുടെ മുടിയിൽ ഉരുമ്മി. മൊഴിഞ്ഞു: "രൂപകലാ, നിന്നെ ഞാൻ മനസ്സിലാക്കുന്നു. രൂപാ, എന്റെ രൂപാ!"

"ഓ...." അവർ മുരണ്ടു, ഓ...ഓ..."

അവർ എന്റെ കൈകളിൽ പിടഞ്ഞു. അവരുടെ ചോരയുടെ കുതിപ്പും ഹൃദയത്തിന്റെ കിതപ്പും ഞാനറിഞ്ഞു.

അവർ ഭ്രാന്തെടുത്തമാതിരി എന്റെ ചുണ്ടിലേക്കു പുലമ്പി: "ടേക് മീ, ഡാർലിങ്ങ്, ടേക്മീ".

നാലുനാലരമണിക്ക് ഞാനുണർന്നപ്പോഴും അവർ ഉറങ്ങുകയായിരു

ന്നു. ഞാൻ വിളിച്ചുണർത്തി. യാത്രപറഞ്ഞപ്പോൾ രൂപകലാവർമ മൂളി. മൂളലിന്റെ ശബ്ദം ശീതകാല രാത്രികളേക്കാൾ തണുത്തതായിരുന്നു വെന്ന് ഞാൻ ശ്രദ്ധിച്ചു.

അടുത്ത ദിവസം മിസിസ് വർമ എന്നെ ഫോൺ ചെയ്തില്ല. അതിന്നടുത്ത ദിവസവും അവർ ഫോൺ ചെയ്യാതിരുന്നപ്പോൾ ഞാൻ അത്ഭുതപ്പെട്ടു. അവരുടെ വീട്ടിൽചെന്ന് വിവരം അന്വേഷിക്കാൻ ആലോചിച്ച ഞാൻ പിന്നീട് അതു വേണ്ടെന്നുവച്ചു.

മൂന്നാം ദിവസം രാവിലെ അവർ ആഫീസിൽ പോവാനിറങ്ങുന്നതും കാത്ത് ഞാൻ എന്റെ സ്വീകരണമുറിയിൽ നിന്നു.

അവർ ഇറങ്ങിയപ്പോൾ ഞാനും ഇറങ്ങി. വേഗം നടന്ന് അവരുടെ ഒപ്പമെത്തി. ഞാൻ പറഞ്ഞു : "ഗുഡ് മോർണിങ്ങ്, മിസിസ് വർമ!"

അവൾ തിരിഞ്ഞുനോക്കി. അവരുടെ മുഖത്തു കണ്ട അപരിചിതഭാവം എന്നെ ഞെട്ടിച്ചു. അടുത്ത നിമിഷാംശത്തിൽ മുഖം വെട്ടിത്തിരിച്ച് എന്നിൽനിന്നു രക്ഷപ്പെടാനെന്നമട്ടിൽ, അവർ നിരത്തു മുറിച്ച് മറുവശത്തേക്കെത്തി.

എനിക്കു പറ്റിയ അമളി ആരെങ്കിലും കണ്ടോ എന്നറിയാൻ ഞാൻ ചുറ്റുപാടും നോക്കി.

എന്നാൽ ആ നിമിഷത്തിൽ ഉണർന്ന വികാരം ലജ്ജയാണോ, കോപമാണോ, ദുഃഖമാണോ എന്ന് എനിക്കറിയില്ലായിരുന്നു. ഇന്നും അറിയില്ല.

അന്നു രാത്രി വീട്ടിലെത്തി മുറി തുറന്ന് ലൈറ്റ് തെളിച്ചപ്പോൾ ജനലിനു ചുവട്ടിൽ നിലത്തു കിടന്ന ഒരു തുണ്ടുകടലാസ് എന്റെ ശ്രദ്ധയിൽപ്പെട്ടു. മിസിസ് വർമ എഴുതിയ ഒരു കുറിപ്പായിരുന്നു അത്.

"നാം തമ്മിൽ പരിചയപ്പെട്ടിട്ടേയില്ല എന്നു വിചാരിക്കുക".

ഞാൻ വീണ്ടും വീണ്ടും ആ കുറിപ്പിലേക്കു നോക്കി. ഞാൻ കരഞ്ഞില്ല. ചിരിച്ചില്ല. ഞാൻ കിടപ്പറയിലേക്കു നടന്നു. അലമാരിയിലെ റംകുപ്പി കാലിയായിട്ടുണ്ടാവില്ല.

ആ ആഴ്ച ഞാൻ താമസം മാറ്റി.

ഇന്നും മിസിസ് വർമയുടെ ഒരു ചോദ്യം ഞാൻ എന്നോടുതന്നെ ചോദിച്ചുപോവുന്നു: എനിക്ക് അവരെക്കുറിച്ച് എന്തു തോന്നുന്നു?

******

സമ്രാട്ട്

ആകസ്മികമായാണ് രഘു ചക്രവർത്തിയായത്. അതുവരെ അവൻ കാളവണ്ടി ഓടിക്കുകയായിരുന്നു. എല്ലാ കാളവണ്ടിയോട്ട മത്സരങ്ങളിലും - കാളമലയോട്ടം ഉൾപ്പെടെ- അവൻ ഒന്നാം സമ്മാനം നേടിയിരുന്നു. പക്ഷേ രഘു ചക്രവർത്തിയാകുമെന്ന്, അവനുൾപ്പെടെ, ആരും ഒരിക്കലും കരുതിയിരുന്നില്ല. എന്നാൽ സംഭവിച്ചത് അങ്ങനെയാണ്.

നാടടക്കി വാണിരുന്ന, നാടിനെയും നാട്ടുകാരെയും അയൽനാട്ടുകാരെയും ഭയപ്പെടുത്തി വാണിരുന്ന, രാമവർമത്തമ്പുരാൻ നാടുനീങ്ങിയതോടെ സിംഹാസനം അനാഥമായി. രാജഗുരുക്കളും മന്ത്രിമാരും സേനാപതികളുമൊക്കെ ഉപജാപങ്ങളും ഗൂഢാലോചനകളും നടത്തി. തങ്ങളിൽത്തങ്ങളിൽ ഉടക്കി. രാമവർമത്തമ്പുരാന് ഒരു അനന്തരാവകാശിയെ കണ്ടെത്തുന്ന കാര്യത്തിൽ അവർക്ക് യോജിപ്പിൽ എത്താനായില്ല. തർക്കം മൂത്തപ്പോൾ, രാജ്യം ശിഥിലീകരണത്തിന്റെ വക്കത്തെത്തിയപ്പോൾ, സാമന്തന്മാർ ചിറഞ്ഞു നിന്നപ്പോൾ, രാജഗുരുക്കന്മാർപോലും ആദരിക്കുന്ന കമലാക്ഷൻ എന്ന മാമുനി ഒരു നിർദേശം വെച്ചു:

“നാടുനീങ്ങിയ ചക്രവർത്തിക്കു പുത്രന്മാരോ പുത്രിമാരോ ഇല്ലല്ലോ. അതുകൊണ്ട് അദ്ദേഹത്തിന്റെ അടുത്ത ചാർച്ചക്കാരുടെ ഒരു പട്ടിക തയ്യാറാക്കുക. അതിൽനിന്നു നറുക്കിട്ട് ഒരാളെ തിരഞ്ഞെടുക്കുക”.

മാമുനിയുടെ അഭിപ്രായം പൊതുവേ അംഗീകരിക്കപ്പെട്ടു.

പക്ഷേ, വീരേന്ദ്രപ്രതാപൻ എന്നൊരു മന്ത്രി ഒരാക്ഷേപം ഉന്നയിച്ചു:

“ആ കക്ഷികൾക്കാർക്കും ഭരണപരിചയമില്ലല്ലോ, മഹർഷേ!”

“അതിൽ കഥയില്ല കുഞ്ഞേ”. മാമുനി അരുളിച്ചെയ്തു.

“നിങ്ങളൊക്കെയില്ലേ കൂടെ? നിങ്ങൾ ഭരണം നടത്തിയാൽ മതി. പേരിനു രാജകുടുംബത്തിൽനിന്ന് ഒരാളിരുന്നോട്ടെ എന്നേയുള്ളൂ. കഴകത്തില്ലാത്ത ഒരുത്തൻ തലപ്പത്തിരിക്കുന്നത് ഒരർഥത്തിൽ നല്ലതാണ്. നിങ്ങൾക്കു തോന്നുന്നപോലെ രാജ്യം ഭരിക്കാം”.

അത് ഒരു പുതിയ വെളിച്ചമായിരുന്നു. വീരേന്ദ്രപ്രതാപനു മാത്രമല്ല മറ്റുള്ളവർക്കും.

നാടുനീങ്ങിയ തമ്പുരാന്റെ ചാർച്ചക്കാരിൽപ്പെട്ടവനായിരുന്നു രഘുവും. തമ്പുരാന്റെ ഇളയസഹോദരി ഒരു തെങ്ങുകയറ്റക്കാരന്റെ കൂടെ ഒളിച്ചോടിപ്പോയിരുന്നു. അതുകൊണ്ടവൾക്കു കൊട്ടാരത്തിലെ സ്വത്തൊന്നും കിട്ടിയില്ല. തെങ്ങുകയറ്റക്കാരൻ ആ പണി നിറുത്തി, കുറെക്കൂടി മാന്യമായ വണ്ടിയടി ഏറ്റെടുത്തു. ആ ദമ്പതികളുടെ ഏക സന്താനമായിരുന്നു രഘു. തന്തപ്പടി നടപ്പുദീനം പിടിച്ചു ചത്തപ്പോൾ വണ്ടിയിൽ കാളകളെ പൂട്ടി തെളിക്കുന്ന തൊഴിൽ മകൻ ഏറ്റെടുത്തു. ചക്രവർത്തിയുടെ അനന്തിരവനാകയാൽ അവനു ധാരാളം ഓട്ടം കിട്ടിയിരുന്നു.

ചാർച്ചക്കാരുടെ പട്ടിക തയ്യാറാക്കിയ കാര്യദർശിമാർ രഘുവിന്റെ പേരും ഉൾക്കൊള്ളിച്ചപ്പോൾ ആരോ വിയോജനക്കുറിപ്പിട്ടു: "അവൻ വണ്ടിക്കാരനല്ലേ?"

"വണ്ടിക്കാരനായാലെന്താ, വള്ളക്കാരനായാലെന്താ?"

മറ്റൊരാൾ എതിർത്തു. "നമ്മുടെ തമ്പുരാന്റെ കുടുംബത്തിൽ പിന്നാരുണ്ട് മെച്ചം? എല്ലാം ഈ ഇനമൊക്കെത്തന്നെ".

"അതും ഒരു ശരിയാ".

"രഘു ഒരു മാർഗവാസിപ്പെണ്ണിനെയാ സംബന്ധം ചെയ്തിരിക്കുന്നത്?"

"അതിന് നമുക്കെന്തുവേണം? ഇത് എഡ്വേർഡ് എട്ടാമന്റെ ബ്രിട്ടനൊന്നുമല്ലല്ലോ".

"അതാണതിന്റെ ശരി".

അങ്ങനെ രഘുവീരന്റെ പേരും പട്ടികയിൽ വന്നു. ഒരു തത്തമ്മയാണ് നറുക്കെടുത്തത്. നറുക്ക് രഘുവിനു വീണു. തത്തമ്മയ്ക്ക് രഘുവീരവർമ കോഴകൊടുത്തോ എന്നറിയില്ല.

നറുക്കു വീണു രഘു ചക്രവർത്തിയായി. രഘുവീരവർമ്മ കുലശേഖരപ്പെരുമാളായി അധികാരമേറ്റു. പട്ടാഭിഷേകദിവസം ബഹുവിശേഷമായിരുന്നു. രഘുവിന്റെ കെട്ടിയവൾ ശോശാമ്മ നേരത്തെകൂട്ടി പേരുമാറ്റി, സൂസന്നയായി. അവൾ മുടി ബോബ് ചെയ്യിച്ചു. നഖങ്ങളിലും ചുണ്ടുകളിലും ചായം തേച്ചുപിടിപ്പിച്ചു. മറുഭാഷയിൽ ചിരിക്കാൻ ശീലിച്ചു. പൊട്ടുതൊട്ടു കൊട്ടാരത്തിലെത്തി. കെട്ടിയവന്റെ വാമഭാഗത്തിരുന്നു. സർക്കാരിന്റെ ഔദ്യോഗിക അതിഥികളല്ലാത്തവരൊക്കെ വണ്ടിക്കാരായിരുന്നു. രഘു അടിസ്ഥാനവർഗത്തെ വിസ്മരിച്ചിരുന്നില്ല.

അയൽരാജ്യങ്ങളിൽനിന്ന് വന്ന ഒന്നാം വനിതമാർ സൂസന്നയെ കെട്ടിപ്പിടിച്ച് ഉമ്മവച്ചു. ആയുരാരോഗ്യങ്ങൾ നേർന്നു. സൂസന്ന മറുഭാഷയിൽ ചിരിച്ചു.

അഭിഷേകം കെങ്കേമമായി. സദ്യ കൊഴുത്തു. പട്ട ഉൾപ്പെടെ എല്ലാ സദ്യവട്ടങ്ങളും അഭിഷേകം ചെയ്യപ്പെട്ടു. ഫോട്ടോഗ്രാഫർമാർ, പത്രലേഖകർ, വണ്ടിക്കാർ, അയൽനാട്ടതിഥികൾ ഒക്കെ അടിച്ചുപൂസായി. സൂസ

ന്നയുടെ നേതൃത്വത്തിലുള്ള പാചകസംഘം തയ്യാറാക്കിയ ഭോജ്യവസ്തുക്കൾ ഛർദിലായും എച്ചിലായും ചിതറിക്കിടന്നു. അഭിഷേകം പൊടിപൊടിച്ചു.

സൂസന്ന ഒന്നാം വനിതയായി. അറപ്പുരയുടെ താക്കോൽ ഏറ്റുവാങ്ങി.

രഘു മുടി പറ്റെ വെട്ടിച്ചിരുന്നു. വണ്ടിക്കാരന്റെ കൊമ്പൻമീശ വടിച്ചുമാറ്റി. മുഖം ക്ലീൻ ഷേവ് ചെയ്തു. പൗഡറിട്ടു. ഒരു കുമ്പളങ്ങപോലെ അമരത്തിരുന്നു.

"പണ്ടാണെങ്കിലവനെക്കണ്ടാലൊരാണാണെന്നു തോന്നുമാരുന്നു". ശോശക്കുട്ടിയുടെ കൂട്ടുകാരിലാരോ ഒരഭിപ്രായം പ്രകടിപ്പിച്ചു.

"അതു സാരമില്ലെടീ". ശോശക്കുട്ടി കൂട്ടുകാരിയെ സമാധാനിപ്പിച്ചു. "അയാളിപ്പഴും ആണുതന്നെയാ. മീശയല്ലേ പോയിട്ടുള്ളൂ. ചക്രവർത്തിമാരും രാഷ്ട്രപതിമാരുമൊന്നും ഈ മേൽമീശ വയ്ക്കാറില്ല. അതു പഴയരീതി. ഇതാണിപ്പഴത്തെ ഫാഷൻ!"

"അതു ശരി". കൂട്ടുകാരിക്കു സമ്മതിക്കേണ്ടിവന്നു. അവൾ പത്രത്തിൽ ചിത്രങ്ങളിൽ കാണുന്ന രാഷ്ട്രത്തലവന്മാരിൽ ബഹുഭൂരിപക്ഷത്തിനും മേൽമീശ ഉണ്ടായിരുന്നില്ല.

അങ്ങനെ, മീശയില്ലാതെ, മുന്നറിവുകളില്ലാതെ, യാതൊരുവിധ തയ്യാറെടുപ്പുകളും കൂടാതെ, രഘുവീരവർമ്മ കുലശേഖരപ്പെരുമാൾ ഭരണം തുടങ്ങി.

രഘുവിന്റെ ആദ്യത്തെ ഭരണപരിഷ്കാരം രാജഗുരുക്കന്മാരുടെയും ഗുരുവായ കമലാക്ഷ മാമുനിയെ സ്ഥാനഭ്രഷ്ടനാക്കുക എന്നതായിരുന്നു. സൂസന്നയുടെ ഒരാങ്ങളയ്ക്ക് അയൽരാജ്യവുമായുള്ള ചെമ്മീൻ കച്ചവടത്തിന്റെ കരാർ അവിഹിതമായി കൊടുത്തതിനെ എതിർത്ത് മാമുനി ഒരു പരസ്യപ്രസ്താവന ചെയ്തതായിരുന്നു കാരണം. മാമുനിയോടു പകയുള്ള ചില രാജഗുരുക്കന്മാർ രഘുവിനെ ഉപദേശിച്ചു: "ചക്രവർത്തിയെക്കാൾ വല്യ ചക്രവർത്തിയോ? അങ്ങനൊരാൾ ഈ നാട്ടിൽ ഉണ്ടാവാൻ പാടില്ല. അങ്ങാണെല്ലാം. ഈ രാജ്യത്തിന്റെ ജീവനും ആത്മാവും അങ്ങാണ്. അങ്ങയെ വിമർശിക്കാനും ഉപദേശിക്കാനും ഭരിക്കാനും മറ്റാരെയും അനുവദിക്കരുത്".

അതു ശരിയാണെന്ന് രഘുവിനും തോന്നി.

"പാവം ലോപ്പസ്! അവനെത്രനാളാ ഈ വലേം വീശിക്കൊണ്ടു നടക്കുന്നത്?" രാജമന്ദിരത്തിലെ രാജകീയമായ കിടപ്പറയിൽ സൂസന്നയുടെ വക തലയണമന്ത്രം അഴിഞ്ഞു. "അവനൊരു മേൽഗതിവരുന്നതിലാ ഈ കാരണവർക്കസൂയ. അലവലാതി. ചക്രവർത്തീടളിയൻ വലേംകൊണ്ടു പോകുന്നേന്റെ കൊറച്ചിലു നമുക്കാ. എവന്മാരൊക്കെ പിന്നതുതന്നെ പറഞ്ഞ് അവനെ കളിയാക്കേം ചെയ്യും. കാരണവരുടെ വിചാരം അങ്ങേ

രട തലേക്കൂടാ വണ്ടിയോടുന്നതെന്നാ. അയാളില്ലെങ്കിലും ഭരിക്കാൻ പറ്റു മെന്നു കാണിച്ചുകൊടുക്കണം. ഏതാ?" സൂസന്ന ചക്രവർത്തിയുടെ മാറോടു പറ്റിക്കിടന്നു. അയാളുടെ കവിളിലെ കുറ്റിരോമങ്ങളിൽ സ്നേഹ പൂർവം തലോടി.

ചക്രവർത്തി പെട്ടെന്ന് ശോശക്കുട്ടിയുടെ കാമുകൻ രഘുവായി മാറി.

"നീ പറഞ്ഞതാടീ കൊച്ചേ ശരി. നമുക്കെന്നാ, ഭരിക്കാനറിയാമ്മേലേ? കാളയടിക്കുന്ന കൈകൊണ്ട് രാജ്യമടിച്ചാലും കൊഴപ്പമൊന്നുമില്ലെന്ന് കാണിച്ചുകൊടുക്കാം. കാരണവരെ കാലത്തെ തട്ടിയേക്കാം".

മാമുനിയെ തട്ടിയിട്ട് ആകാശം ഇടിഞ്ഞുവീണില്ല. രാജ്യത്ത് ഒരു ചല നവുമുണ്ടായില്ല. മറ്റുള്ള താപ്പാനകളൊക്കെ രഘുവിനോടൊപ്പമുണ്ടായി രുന്നു. അളിയൻ ലോപ്പസ് ഞെളിയുകയും ചെയ്തു.

സാമന്തസംസ്ഥാനങ്ങളിൽ ഒരിടത്ത് ബഹളം പൊട്ടിപ്പുറപ്പെട്ടപ്പോഴാണ് രഘുവിന് ആദ്യമായി ഒരു പ്രതിസന്ധി നേരിടേണ്ടിവന്നത്. മന്ത്രിസഭ യിലെ ഒരു പ്രധന അംഗമായ കൗടില്യന്റെ നാട്ടിലാണ് ബഹളം ഉണ്ടാ യത്. അവർക്ക് സ്വാതന്ത്ര്യം വേണമെന്നായിരുന്നു ആവശ്യം. സ്വതന്ത്ര സംസ്ഥാനം അനുവദിച്ചുകൊടുക്കുന്ന പ്രശ്നമേ ഇല്ലെന്ന് രഘുവീര ചക്ര വർത്തിയും കേന്ദ്രമന്ത്രിമാരും തീരുമാനിച്ചു. കൗടില്യൻ രാജിവെച്ചു.

"അവൻ അവന്റെ പാട്ടിനുപോട്ടെ. നമ്മുടെ കൈയിൽ പട്ടാളമുണ്ട്".

കൗടില്യന്റെ സംസ്ഥാനത്ത് ബഹളം മൂത്തു. ജനം ആകെ ഇരമ്പിയി ളകി. പട്ടാളം ജനത്തെ നേരിട്ടു. ഒരു ആഭ്യന്തര കലാപത്തിന്റെ രൂപംപൂ ണ്ടു. ചുറ്റുപാടുകൾ രഘുവിന് ഇരിക്കപ്പൊറുതിയില്ലാതാക്കി.

"ഇങ്ങോട്ടടുത്ത് കെടക്ക്; തണുക്കുന്നു". കിടപ്പറയിൽ സൂസന്ന എന്ന ശോശക്കുട്ടി ഒരു പൂച്ചക്കുട്ടിയായി മാറി. "ഒന്നുമൊന്നും ആലോചിക്ക ണ്ട. അവന്മാരെന്നാ കാണിക്കാനാ? അവിടെ കെടന്നു ചാടട്ടെ. നമുക്കെന്നാ വേണം?"

ചക്രവർത്തി വീണ്ടും രഘുവായി. വീണ്ടും കാമുകനായി.

"നമുക്കെന്നാ വേണം?" അയാൾ ഭാര്യയുടെ വാക്കുകൾ ആവർത്തിച്ചു.

"നമുക്കഞ്ചാറു കാശൊണ്ടാക്കണം". ശോശക്കുട്ടി പറഞ്ഞു : "സ്വിസ് ബാങ്കിൽ അക്കൗണ്ടും തുടങ്ങണം".

ലോപ്പസ് പറഞ്ഞുകൊടുത്തതായിരുന്നു ആ ബുദ്ധി.

"ശരിയാ".

കൗടില്യന്റെ നാട്ടിൽ പട്ടാളം തോറ്റോടുന്നുവെന്ന് വാർത്ത വന്നപ്പോൾ ചക്രവർത്തിയും ചക്രവർത്തിനിയും സ്വിസ് ബാങ്ക് അക്കൗണ്ടുകൾ ശരി പ്പെടുത്തുകയായിരുന്നു.

അതേസമയം മറ്റൊരു സംസ്ഥാനത്തിലും ബഹളമായി. ചോളന്മാർ എന്ന വർഗക്കാർക്ക് അവരുടെ സ്വന്തം രാജ്യം വേണം.

"ആർക്കും സ്വന്തരാജ്യമൊന്നുമില്ല. രാജ്യം എന്റെ വകയാണ്". രഘു വീരൻ പറഞ്ഞു. "ഞാനിതു ഭരിച്ചു ശരിപ്പെടുത്തും".

"താൻ കാളവണ്ടി ഓടിച്ചാൽ മതി". പ്രതിരോധ വകുപ്പുമന്ത്രി - അയാൾ ഒരു ചോളനായിരുന്നു - പറഞ്ഞു.

"പിടിയെടാ അവനെ! കെട്ടെടാ അവനെ!" ചക്രവർത്തി ഉത്തരവിട്ടു. ഉത്തരവ് നടപ്പിലാക്കാൻ സെക്യൂരിറ്റി ഗാർഡുകൾക്ക് പേടിയായിരുന്നു. പ്രതിരോധമന്ത്രിയുടെ കണ്ണുരുട്ടലിൽ സെക്യൂരിറ്റിക്കാർ വിരണ്ടുപോയി.

"എഴുന്നേരടാ അവിടുന്ന്!" ചക്രവർത്തി അലറി.

പ്രതിരോധമന്ത്രി അനങ്ങിയില്ല.

കുറെക്കഴിഞ്ഞ് അയാൾ പോകാനായി എഴുന്നേറ്റു. "എടോ ചക്ര വർത്തീ", അയാൾ പറഞ്ഞു. "താൻ അനുഭവിക്കാനിരിക്കുന്നേയുള്ളൂ".

അന്നു വൈകുന്നേരം അയാൾ രാജിക്കത്തു കൊടുത്തയച്ചു. ആ രാത്രി ചക്രവർത്തിയുടെ ഉത്തരവനുസരിച്ച് പ്രതിരോധവകുപ്പുമന്ത്രി അകത്താ യി. അപ്പോഴേക്കും വീരേന്ദ്രപ്രതാപൻ എന്ന മുൻ വിമതൻ ചക്രവർത്തി യുടെ വിശ്വസ്തനായിത്തീർന്നിരുന്നു. അതുകൊണ്ട് പ്രതിരോധ വകുപ്പ് അയാളെ ഏല്പിച്ചു.

ചോളനായകനെ അകത്താക്കിയ വിവരം അറിഞ്ഞതോടെ ചോളസം സ്ഥാനം കത്തിയെരിയാൻ തുടങ്ങി. കൈബോംബുകളും ആസിഡ് ബൾബുകളും ഗ്രനേഡുകളും കളിപ്പാട്ടങ്ങളായി മാറി. പാലങ്ങൾക്ക് ഡൈനമൈറ്റ് വച്ചു. സർക്കാരാപ്പീസുകളിൽ ബോംബേറ്. പട്ടാളം രംഗ ത്തിറങ്ങി. കൗടില്യന്റെ രാജ്യത്തെപ്പോലെ യുദ്ധം പട്ടാളവും ജനങ്ങളും തമ്മിലായി.

അയൽപക്കത്തുള്ള ഒരു നാട്ടിൽനിന്ന് പീരങ്കികൾ വാങ്ങിയ കാര്യത്തിൽ ലോപ്പസിന്റെമേൽ ചാർജ് വന്നപ്പോഴാണ് വീരേന്ദ്രപ്രതാപൻ ഇടഞ്ഞത്. വീരേന്ദ്രപ്രതാപനോടു പറയാതെ പ്രതിരോധവകുപ്പിൽ നേരിട്ട് ഇടപെടു കയാണ് രഘുവീരൻ ചെയ്തത്. വാസ്തവത്തിൽ അത് ചെയ്തത് രഘു വായിരുന്നില്ല. സൂസന്ന എന്ന ശോശക്കുട്ടിയായിരുന്നു കാരണക്കാരി. ആങ്ങള അവളോടു പറഞ്ഞിരുന്നു. ആ സൗകര്യം കിട്ടിയാൽ ഏതാനും കോടികൾ സ്വിസ് ബാങ്കിൽ ചെന്നുചേർന്നുകൊള്ളുമെന്ന്.

"ഇതുപറ്റില്ല. ഞാൻ പിന്നെ ചെരയ്ക്കാനാണോ ഇരിക്കുന്നത് ?"

"താൻ ചൂടാകാതെ!" രഘു പറഞ്ഞു. "തനിക്കൂടെ എന്തെങ്കിലും പങ്കു തരാൻ ഞാൻ ലോപ്പസിനെ വിളിച്ചു പറയാം".

"ഭ! പങ്കോ? ഞാൻ അതിനു നടക്കുന്നവനല്ല". വീരേന്ദ്രപ്രതാപൻ ചൂടായി.

"എന്നാൽപ്പിന്നെ, താൻ തന്റെ വഴിനോക്ക്".

വീരേന്ദ്രപ്രതാപൻ അയാളുടെ വഴിനോക്കി.

അയാൾ രാജിവച്ചു. ഒപ്പം കരസേനമേധാവിയും വായുസേനാമേധാവിയും രാജിവെച്ചു. തൊട്ടുതാഴെയുള്ള ആൾക്കാർക്ക് പ്രൊമോഷൻ കൊടുത്ത് രഘു അവരെ മേധാവികളാക്കി. പ്രതിരോധവകുപ്പിന്റെ ചുമതല സ്വയം ഏറ്റെടുത്തു.

"വീരേന്ദ്രപ്രതാപൻ ആളു പെശകാ". ശോശക്കുട്ടി പോലും പറഞ്ഞു. "ഒരു കാര്യമേയുള്ളൂ. അവനെ സൂക്ഷിച്ചോണം".

"ശരിയാ" രഘു സമ്മതിച്ചു.

"എന്റെ ബുദ്ധീൽ തോന്നുന്നത്", ശോശക്കുട്ടി പറഞ്ഞു, "ലോപ്പസിന്റെ ഗുണ്ടകളെ ഏർപ്പാട്ചെയ്ത് അവരെയങ്ങു തട്ടിച്ചാലോ?"

"പുറത്തെങ്ങാനും അറിഞ്ഞാൽ കൊഴപ്പമാ".

"അതും ഒരു ശരിയാ"

വീരേന്ദ്രപ്രതാപന്റെ രാജിയോടെ, നാട്ടിലെ പ്രതിപക്ഷം ആകെ ഇളകിമറിഞ്ഞു. രാജ്യം അപകടാവസ്ഥയിലാണെന്ന് പത്രങ്ങൾ എഴുതി. അതിർത്തിയിൽ അയൽനാട്ടുകാരുമായി ഉരസലുകളുണ്ടായി.

പ്രതിരോധമന്ത്രിയുടെ രാജിയുടെ പ്രസക്തി ആ അവസ്ഥയിൽ കൂടുതൽ പ്രധാനമായി. വീരേന്ദ്രപ്രതാപൻ വെറുതെ ഇരുന്നില്ല. അയാൾ കത്തുന്ന തീയിലേക്ക് എണ്ണ ഒഴിച്ചുകൊടുത്തു. രാജ്യം കിടുങ്ങി.

"അളിയൻ ഒന്നുകൊണ്ടും വെഷമിക്കണ്ട". ലോപ്പസ് ശോശക്കുട്ടിയോടു ചേർന്നു പറഞ്ഞു : "വേണ്ടിവന്നാൽ നമുക്ക് നാടുവിടാം. അതിനൊള്ളതു ഞാൻ കരുതിയിട്ടൊണ്ട്. ഫിലിപ്പൈൻസിലെ മാർക്കോസ് ജീവിക്കുന്നില്യോ ? ജീവിക്കാൻ രാജ്യമെന്തിനാ?"

"അതാ അതിന്റെ ശരി". ശോശക്കുട്ടി ആങ്ങളയോടു യോജിച്ചു. "കാശൊണ്ടെങ്കി, രാജ്യമെന്തിനാ?"

വീരേന്ദ്രപ്രതാപന്റെ നേതൃത്വത്തിൽ രാജ്യത്ത് ആഭ്യന്തരകലാപം തുടങ്ങി. കൗടില്യനും ചോളനായകനും ഒക്കെ അയാളുടെ പിന്നിൽ അണിനിരന്നു. പട്ടാളത്തിൽ ബഹുഭൂരിപക്ഷം കാലുമാറി.

രഘുവീരശേഖരപ്പെരുമാൾ ഇടറിവീണു. എന്തുചെയ്യണമെന്ന് അയാൾക്ക് അറിയില്ലായിരുന്നു. ശോശക്കുട്ടിയും ലോപ്പസും ഇളകുന്ന സിംഹാസനത്തിനു പിന്നിൽ മറഞ്ഞുനിന്നു. നീറോയെപ്പോലെ രഘു ചോദിച്ചു: "മനുഷ്യവംശത്തിന് ഇത്രയേറെ ഒച്ചവെയ്ക്കാൻ കഴിയുമോ?"

കഴിയുമായിരുന്നു.

ഒടുവിൽ, രഘു ഓടി. ശോശക്കുട്ടി ഓടി. ലോപ്പസ് ഓടി.

ഭൂമിയുടെ അതിർത്തികളിലേക്ക്. ഭൂമിയുടെ വരമ്പുകളിലേക്ക്.

സ്വിസ് ബാങ്കിലെ പണം അവരെ തുണച്ചു.

******

ഒരു വേനലിന്റെ കെടുതി

വേനൽ ക്രൂരമായിരുന്നു. വൃത്തികെട്ടതായിരുന്നു. തിക്തവും തീക്ഷ്ണവുമായിരുന്നു. ഉദിക്കുംമുതൽ അസ്തമിക്കുംവരെ സൂര്യൻ തീ തുപ്പുന്ന ഒരു രാക്ഷസനായിരുന്നു. ഉഗ്രമായ സൂര്യതാപം ജീവജാലങ്ങളെ ആകമാനം നിഷ്കരുണം വേട്ടയാടിക്കൊണ്ടിരുന്നു. ഭയമില്ലാത്ത കിരണങ്ങൾ മനുഷ്യനെയും മൃഗങ്ങളെയും ചുട്ടുകരിച്ചു. കിണറുകൾ വറ്റി. കുളങ്ങൾ വറ്റി. നദികൾ വെറും മരുഭൂമികളായി. കൃഷിസ്ഥലങ്ങൾ കരിനാമ്പുകൾ അങ്ങിങ്ങു തലനീട്ടി നിൽക്കുന്ന വരണ്ട പാഴ്നിലങ്ങളായി. വെടിച്ചു കീറിയ തരിശുനിലങ്ങളിൽ എല്ലും തൊലിയും മാത്രമായ മൃഗങ്ങൾ നിലവിളിക്കാൻ ഒച്ചപോലുമില്ലാതെ, ഭ്രാന്തുപിടിച്ച മാതിരി വിരണ്ട് ഓടിനടന്നു. പക്ഷികളുടെ ശബ്ദവും നിലച്ചുപോയതുപോലെ തോന്നി. കാക്കകളുടെ ശബ്ദം മാത്രം അപൂർവമായി കേട്ടിരുന്നു. മറ്റു പറവകൾ മറ്റു ഗ്രാമങ്ങളിലേക്കു കുടിയേറിയതാവണം.

വേനലിന്റെ കൂടെപ്പിറപ്പായിരുന്നു വേനൽക്കാറ്റ്. കിഴക്കുനിന്ന്, ഏതോ ചെകുത്താൻ തുടലഴിച്ചുവിട്ട മാതിരി പറന്നുവന്ന കാറ്റിന് കുളിരിന്റെ അംശംപോലും ഉണ്ടായിരുന്നില്ല. പനമ്പട്ടകളിൽ കാറ്റ് ഇടിമുഴക്കങ്ങൾ സൃഷ്ടിച്ചു. കാറ്റ് നിലത്തു വീശിയപ്പോൾ പൊടിയിളകി. ഇളകിയ മഞ്ഞപ്പൊടി വീടുകളെ പൊതിഞ്ഞു. പീടികകളെ പൊതിഞ്ഞു. സ്കൂളിനെയും, വില്ലേജാഫീസിനെയും അമ്പലത്തെയും പൊതിഞ്ഞു. പൊടിക്കാറ്റ് മനുഷ്യരുടെയും മൃഗങ്ങളുടെയും കണ്ണുകളിൽ മണ്ണുവാരിയിട്ടു. നിരത്താകെ നിറഞ്ഞിളകി, നിറഞ്ഞു പറന്ന പൊടിയുടെ മൂടലിൽ ആൾക്കാർക്ക് പരസ്പരം കാണാനോ തിരിച്ചറിയാനോ പോലും കഴിഞ്ഞിരുന്നില്ല.

കഴിഞ്ഞ അഞ്ചു പതിറ്റാണ്ടുകൾക്കുള്ളിൽ ഇത്ര നിർദ്ദയമായ, ഇത്ര മ്ലേച്ഛമായ, ഒരു വേനൽ ആ പാലക്കാടൻ ഗ്രാമത്തിൽ ഉണ്ടായിട്ടില്ലെന്ന് അവിടത്തെ തലമൂത്തവർ പറഞ്ഞു. ഞാൻ ഗ്രാമത്തിൽ താരതമ്യേന ഒരു പുതുമുഖമായിരുന്നുവല്ലോ?

ഗ്രാമത്തിലെ തൊണ്ണൂറു ശതമാനം ആളുകളും പാവപ്പെട്ട കൃഷിപ്പണിക്കാരായിരുന്നു. അവരിൽത്തന്നെ ഭൂരിപക്ഷത്തിനും സ്വന്തം കൃഷിഭൂമി ഉണ്ടായിരുന്നില്ല. ബാക്കി പത്തുശതമാനത്തിൽ ഏറെപ്പേരും പാലക്കാട്ടോ കോയമ്പത്തൂരോ ഒക്കെ കൂലിപ്പണിക്കു പോയി, അന്നന്നത്തെ അഷ്ടിക്കുള്ള വക കഷ്ടിച്ചു നേടുന്നവരായിരുന്നു. സാമാന്യം ധനികരെന്നു പറയാവുന്ന നാലഞ്ചു കുടുംബങ്ങളേ ഗ്രാമത്തിൽ ആകെക്കൂടി ഉണ്ടായിരുന്നുള്ളൂ. അവർതന്നെ പോയ കാലത്തെ പ്രതാപത്തിന്റെ അവശിഷ്ടങ്ങളിൽ ഞാന്നുകിടന്നു ജീവിക്കുന്നവരായിരുന്നു. അവരുടെയും പ്രധാന വരുമാനം കൃഷി ആയിരുന്നില്ല. ആ കുടുംബങ്ങളിൽ നിന്ന് വിദ്യാഭ്യാസം നേടിയവർ നാട്ടിലുള്ള മറ്റു പട്ടണങ്ങളിലും അന്യനാടുകളിലും ഭേദപ്പെട്ട ഉദ്യോഗങ്ങൾ നേടി, ശമ്പളംവാങ്ങി വീടു പോറ്റുന്നവരായിരുന്നു. പൊതുവെ പറഞ്ഞാൽ, മറ്റു ഗ്രാമങ്ങൾപോലെ ഒരു ദരിദ്രഗ്രാമമായിരുന്നു അതും. ജീവിതം എന്നും നാട്ടുകാർക്ക് ഒരു ശാപമായി നിന്ന ജീർണിച്ച ഒരു ഗ്രാമം.

ഇവിടെ വില്ലേജോഫീസിൽ ഗുമസ്തപ്പണിക്കു വന്ന കാലത്ത്, ഇത്ര ജീർണിച്ചതാണ് ഈ ഗ്രാമം എന്നെനിക്കു തോന്നിയിരുന്നില്ല. അന്നിവിടെ പച്ചത്തഴപ്പുകൾ ഉണ്ടായിരുന്നു. നെൽവയലുകളുണ്ടായിരുന്നു. ഫലവൃക്ഷങ്ങളുണ്ടായിരുന്നു. മേനിക്കൊഴുപ്പുള്ള പശുക്കളുണ്ടായിരുന്നു. സദാസമയവും സംഗീതമുയർത്തുന്ന കുയിലുകളുണ്ടായിരുന്നു. പക്ഷികളുടെ ശബ്ദം എപ്പോഴും കേൾക്കാനുണ്ടായിരുന്നു. ഗ്രാമത്തിന്റെ അനുഗ്രഹമായി, ഗ്രാമത്തിന്റെ രക്തധമനിയായി, ഒഴുകുന്ന സുന്ദരിയായ, സ്നേഹനിധിയായ, നാട്ടുകാരുടെ കാമധേനുവായ പുഴ ഉണ്ടായിരുന്നു. നിറഞ്ഞ കുളങ്ങളും നിറഞ്ഞ കിണറുകളും ഉണ്ടായിരുന്നു. പുഴക്കടവുകളിലും കുളക്കടവുകളിലും നീരാടാനെത്തുന്ന, തമ്മിൽത്തമ്മിൽ ഉച്ചത്തിൽ കിന്നാരം പറയുന്ന, എന്നെ കാണുമ്പോൾ പെട്ടെന്ന് സംസാരം നിറുത്തി, കൗതുകത്തോടെയും നാണംപുരണ്ട ഒരു മന്ദഹാസത്തോടെയും എന്നെ നോക്കി, പിന്നെ എന്നിൽ നിന്നും നോട്ടം പിൻവലിച്ച് അടക്കത്തിലെന്തെങ്കിലും കുശുകുശുത്തുകൊണ്ട് ഓടിയകലുന്ന തരുണീമണികളുണ്ടായിരുന്നു. രാവിലെയും വൈകുന്നേരത്തും ചായപ്പീടികകളിൽ കൂടിയിരുന്ന് സൊറ പറയുന്ന കാരണവന്മാരുണ്ടായിരുന്നു. നല്ല പനങ്കള്ളു കിട്ടുന്ന കള്ളുഷാപ്പുകളുണ്ടായിരുന്നു. ഗ്രാമത്തിനു വടക്കും കിഴക്കും മനോഹരമായ മലനിരകളുണ്ടായിരുന്നു.

ഉത്തരവ് കിട്ടിയപ്പോൾ മടിച്ചെങ്കിലും ഇവിടെ വന്നപ്പോൾ വന്നതു നന്നായി എന്നു തോന്നി. അന്നും ഇത് ഒരു ദരിദ്രഗ്രാമം തന്നെ ആയിരു

ന്നു. എന്നാലും അന്നങ്ങനെ തോന്നിയിരുന്നില്ല.

"കൃഷിയൊക്കെ നേരെചൊവ്വേ നടന്നാൽ മഴയും വെള്ളവുമൊക്കെ തക്കസമയത്തു കിട്ടിയാൽ, കഷ്ടിച്ചങ്ങട്ടു രക്ഷപ്പെടും. മാഷേ." ഈ നാട്ടിലെ എന്റെ ആദ്യത്തെ സുഹൃത്തായ ചായക്കടക്കാരന്റെ വാക്കുകളാണ്. "അത്രതന്നെ. അതില്ലെങ്കിൽ പഷ്ണിതന്നെ".

മലകളും മലഞ്ചരിവുകളും ചുറ്റിത്തിരിഞ്ഞു നടക്കുക അന്നെനിക്ക് ഏറ്റവും ഇഷ്ടപ്പെട്ട വിനോദമായിരുന്നു. രാവിലെ ഒരു പച്ച സൂര്യൻ ഉദിച്ചു. സൂര്യൻ വളർന്നപ്പോൾ ഭൂമിയുടെ പച്ചനിറം കൂടുതൽ കൊഴുത്തു. വൈകുന്നേരത്ത് പച്ച മങ്ങി. സന്ധ്യ കഴിഞ്ഞപ്പോൾ പച്ച സൗമ്യമായ ഇരുട്ടിന്, അല്ലെങ്കിൽ കുളിരു പകരുന്ന നിലാവിന്, വഴിമാറിക്കൊടുത്തു.

ഗുമസ്തന്റെ പാടും ദുരിതവും ഗുമസ്തനേ അറിയാവൂ. പക്ഷേ, ഗ്രാമവാസികളുടെ ദൃഷ്ടിയിൽ വില്ലേജോഫീസിലെ ക്ലർക്ക് ബഹുമാന്യനായ സർക്കാരുദ്യോഗസ്ഥനായിരുന്നു. പുറത്തെങ്ങോനിന്നു വന്ന 'മാഷാ'യിരുന്നു. കരപ്രമാണിമാർ പോലും ഞാനുമായി ചങ്ങാത്തം പിടിക്കാൻ വന്നു. കുളിച്ച് ഈറനണിഞ്ഞ് അമ്പലത്തിലേക്കു തൊഴാൻ പോയ പെൺകുട്ടികൾ എന്നെ കണ്ടപ്പോൾ നാണിച്ച്, ഒരു ചിരി സമ്മാനിച്ചിട്ട്, വഴിമാറി നടന്നു. അവരിൽ പലർക്കും ചെറുപ്പക്കാരനായ സർക്കാരുദ്യോഗസ്ഥനോട് മറ്റൊരു തരം വികാരവും തോന്നിയിരുന്നുവെന്ന് ക്രമേണയാണ് ഞാൻ മനസ്സിലാക്കിയത്; പലവഴിക്കും പല സൂചനകളും കിട്ടിയപ്പോൾ മാത്രം.

അയലത്തെ കുശവന്റെ മകൻ ചാമിയെ എന്റെ ആടുതലിയായി നിയമിച്ചത് ചായക്കടക്കാരൻ ഗോവിന്ദക്കുറുപ്പാണ്. ഞാൻ ആവശ്യപ്പെട്ടിട്ടല്ല. കുറുപ്പ് നേരിട്ടെടുത്ത ഒരു തീരുമാനമാണത്. കുറുപ്പ് അവനുമായി എന്റെ വീട്ടിൽ വന്നു.

"മാഷേ, ഇവൻ ചാമി. അടുത്ത വീട്ടിലാണു താമസം. ഇവന്റെ വീട്ടുകാരൊക്കെ കലവും ചട്ടിയും ഉണ്ടാക്കുന്നവരാണ്. ഇവൻ ആ പണി ചെയ്യാറില്ല. ചെയ്യാനൊട്ടറിയൂമില്ല. അതിനുള്ള പ്രായമായിട്ടില്ലെന്നു വച്ചോളൂ. മാഷ്ക്കൊരാളു വേണ്ടേ? ഇവനായിക്കോട്ടെ". എന്നിട്ട് കീറ നിക്കറു മാത്രം ധരിച്ച ഒരു കറുത്ത പന്ത്രണ്ടുവയസ്സുകാരന്റെ നേരെനോക്കി, അയാൾ തുടർന്നു: "എടാ മാഷ് പറേണതൊക്കെ ചെയ്തോളണം. എപ്പോ വിളിച്ചാലും ഇവിടെ ഉണ്ടാവണം ട്ടോ".

"ഓ". പയ്യൻ സമ്മതിച്ചു.

അങ്ങനെ ചാമി എന്റെ വാല്യക്കാരനായി. ഞാൻ അവന് പുതിയ ഒരു നിക്കറും ഷർട്ടും വാങ്ങിക്കൊടുത്തു. ഗ്രാമത്തിൽ അവന് അന്നോളമില്ലായിരുന്ന ഒരു മാന്യത കൈവന്നു. ആദ്യമാദ്യം അവൻ ഒന്നും സംസാരി

ച്ചിരുന്നില്ല. ഞാൻ പറയുന്നതെന്തും കേൾക്കും. അനുസരിക്കും. അത്ര തന്നെ. ഞാനാണവനെ സംസാരിക്കാൻ പ്രേരിപ്പിച്ചത്. നാട്ടുവർത്തമാനങ്ങളും വീട്ടുവർത്തമാനങ്ങളും ഒക്കെ ഞാനവനോടു ചോദിച്ചറിഞ്ഞു. അങ്ങനെ അവൻ ക്രമേണ എന്റെ പ്രൈവറ്റ് സെക്രട്ടറിയും ചാരനുമായി. ഗോവിന്ദക്കുറുപ്പിന്റെ മകൾ പത്തൊമ്പതുവയസ്സുകാരി ലളിത എന്നെ പലപ്പോഴും ഒളികണ്ണിട്ടുനോക്കുന്നതിന്റെ രഹസ്യം അങ്ങനെ ഞാൻ അറിഞ്ഞു. ഒരു മൗനാനുരാഗം ഞങ്ങൾ തമ്മിൽ അപ്രകാരം ഉണ്ടായിവന്നു എന്ന് സമ്മതിക്കേണ്ടിയിരിക്കുന്നു.

അങ്ങനെ പല പുതിയ കാര്യങ്ങളും ചാമിവഴി എന്റെ കാതുകളിൽ എത്തിക്കൊണ്ടിരുന്നു.

പൊടുന്നനെയാണ്, ഓർക്കാപ്പുറത്താണ്, ഒരു അശനിപാതംപോലെ വേനൽ ഗ്രാമത്തിന്മേൽ വന്നുവീണത്. മേഘങ്ങൾ വെളുത്ത നിറത്തിൽ ഓടിയകന്നു. പച്ച സൂര്യൻ ചുവന്നു. അയാൾ സ്വച്ഛമായ നീലാകാശത്തിലൂടെ ഒരു ക്രൂരനെപ്പോലെ നടന്നു. പച്ചപ്പുകൾ നരയ്ക്കാൻ തുടങ്ങി. ഇലകൾ കൊഴിഞ്ഞുവീഴാൻ തുടങ്ങി. വയലുകളാണ് ആദ്യം വറ്റിവരണ്ടത്. പച്ച നെൽച്ചെടികൾ കരിഞ്ഞ് കരിവാളിച്ചുനിന്നു. കിണറുകൾ വറ്റി. പിന്നീട് കുളങ്ങൾ വറ്റി. നിറഞ്ഞൊഴുകിയ പുഴ വിശാലമായ മണൽപ്പരപ്പിലൊഴുകുന്ന നേരിയ നീർച്ചാലുകളായി മാറി. ഒടുവിൽ നേർത്ത നീർച്ചാലുകളും ഇല്ലാതായി. വെള്ളത്തിനുവേണ്ടി ആൾക്കാർ മൺകുടങ്ങളുമേന്തി നാഴികകൾ നടക്കേണ്ടിവന്നു. അരിയും നെല്ലും മറ്റു സാധനങ്ങളുമൊക്കെ കൂട്ടിവച്ചിരുന്ന പീടികക്കാർ ഇതുതന്നെ തക്കമെന്നു കണ്ട് വില ഇരട്ടിപ്പിച്ചു. ഗോവിന്ദക്കുറുപ്പിന്റെ പീടികയിലും സാധനങ്ങളുടെ വില ഇരട്ടിച്ചു. പക്ഷേ, എന്നിട്ടും അയാൾക്ക് കുടുംബം പോറ്റാനുള്ള വരുമാനമുണ്ടായില്ല. അതോടൊപ്പമാണ് കാലന്റെ ദൂതനെപ്പോലെ കിഴക്കുനിന്ന് പൊടിക്കാറ്റ് ആഞ്ഞടിച്ചത്. ഗ്രാമത്തിനു പുറത്ത് പാറ പൊട്ടിക്കുന്നതിനും മറ്റു കുടിപ്പണിക്കും പോയിരുന്നവർക്ക് വീട്ടിൽ അരിവാങ്ങിക്കൊടുക്കാൻ പണം തികയാതായി. അതുകൊണ്ട് അവർ കള്ളുകുടിച്ചു. പനയിൽ കള്ളില്ലാതായപ്പോൾ അവർ ചാരായം തേടിപ്പോയി. അപ്പോൾ ഒന്നും ഇല്ലാതായി മിച്ചം. പഷ്ണി സഹിക്കാനാവാതായപ്പോൾ പെണ്ണുങ്ങൾ പണമുള്ളവരുടെ വീട്ടിൽ ജോലിതേടിയിറങ്ങി. ജോലി പ്രധാനമായും വ്യഭിചാരമായിരുന്നു. വ്യഭിചരിച്ചുകിട്ടിയ കാശുകൊണ്ട് അവർ കുട്ടികൾക്ക് ഒരു നേരമെങ്കിലും കഞ്ഞികൊടുക്കാൻ ശ്രമിച്ചു. ചാമിയുടെ പെങ്ങന്മാരും വ്യഭിചാരം തുടങ്ങിയിരുന്നു. അവരിലൊരുവൾ, ഒരു പതിനാറുവയസ്സുകാരി, ഒരു സന്ധ്യയ്ക്ക് എന്റെ വീട്ടിൽ കയറിവന്നു. രണ്ടു

രൂപയ്ക്കാണ് അവൾ വന്നത്. അവളുടെ അമ്മ പറഞ്ഞയച്ചിട്ട്.

"രണ്ടു രൂപ വീട്ടിൽ കൊണ്ടുക്കൊടുത്തിട്ട് ഞാനുടനെയിങ്ങുവരാം. ഞാനിന്നുരാത്രി ഇവിടെ നിന്നോളാനമ്മ പറഞ്ഞയച്ചു".

എനിക്കു വല്ലാതെ വന്നു.

ഞാൻ അവൾക്കു രണ്ടുറുപ്പിക കൊടുത്തിട്ടു പറഞ്ഞു:

"നീ ഇങ്ങോട്ടു വരണ്ട".

അവിശ്വാസമോ അത്ഭുതമോ എന്തൊക്കെയോ തോന്നിയിട്ടാവണം, ഞാൻ നീട്ടിയ പണംപോലും വാങ്ങാൻ കഴിയാതെ അവൾ സ്തംഭിച്ചു നിന്നു.

"ഉം, ഇതു വാങ്ങി പൊയ്ക്കോളൂ. നീ ഇന്നിനി ഇങ്ങോട്ടു വരണ്ട".

കൈ നീട്ടി രണ്ടുറുപ്പിക വാങ്ങുമ്പോൾ ആ കുട്ടിയുടെ കണ്ണുകൾ നിറയുന്നത് ഞാൻ കണ്ടു.

ഒട്ടനവധി വീടുകളിൽ പട്ടിണിമരണങ്ങൾ നടന്നതായി ഞാനറിഞ്ഞു. കുട്ടികളും മുതിർന്നവരുമൊക്കെ. ചെറുപ്പക്കാരായ പലരും കുടിച്ചുകുടിച്ചു ചത്തു. കുടിക്കാത്തവർ തൂങ്ങിച്ചത്തു. മൃഗങ്ങൾ പോലും പഷ്ണിയും വരൾച്ചയും മൂലം ചത്തുവീണു. വേനൽ മരണമായി ഗ്രാമത്തിന്മേൽ വീഴുകയായിരുന്നു.

ഈ വേനൽ ഒരിക്കലും അവസാനിക്കില്ലെന്ന് എനിക്കു തോന്നി. അല്ലെങ്കിൽ എന്നെങ്കിലും ഇതവസാനിച്ചാൽ ഒരു ജീവിയും അപ്പോഴേക്കും ഇവിടെ ഉണ്ടാവില്ലെന്നും തോന്നി. വറുതിയുടെയും ജീർണതയുടെയും ഈ മരണനിലത്തുനിന്ന് എങ്ങോട്ടെങ്കിലും ഓടിയൊളിക്കാൻ ഞാൻ ആഗ്രഹിച്ചു. കുറെ പഴയ പച്ചസ്മരണകളുമായി ഗ്രാമം വിടുക. പക്ഷേ, അതൊരുതരം രക്ഷപ്പെടലാവില്ലേ എന്നും ഞാനാലോചിക്കാതിരുന്നില്ല. ഞാനിവിടെ നിന്നിട്ടെന്തു ചെയ്യാൻ? എന്നാലും ഓടിപ്പോവരുതെന്ന് എന്റെ മനസ്സ് എന്നെ വിലക്കി.

ഒടുവിൽ ആദ്യമഴ വീണപ്പോഴാണ് എനിക്കു സ്ഥലം മാറ്റമായത്. ചിരിച്ചുകൊണ്ടെന്നെ യാത്ര അയയ്ക്കാൻ അവിടെ ആരുമുണ്ടായിരുന്നില്ല. ഗോവിന്ദക്കുറുപ്പും ലളിതയും ലളിതയെപ്പോലെ എന്റെ മറ്റു രഹസ്യ കാമുകിമാരുപോലും. അവരൊക്കെ ചിരിക്കാൻ മറന്നുപോയിരുന്നു; കരയാനും.

പൊടി ഒതുങ്ങിയ നിരത്തിലൂടെ ഞാൻ നടന്നു. എന്റെ പിന്നാലെ എന്റെ സൂട്ട്കേസ് തൂക്കി ചാമിയും.

കുറെ നടന്നിട്ട് ഞാനൊന്നു തിരിഞ്ഞുനോക്കി.

വേനലിന്റെ ക്രൂരമായ പ്രഹരത്തിൽ ചിരിക്കാനും കരയാനുമുള്ള

കഴിവു നഷ്ടപ്പെട്ട കുറെ ഗ്രാമവാസികളും പഴകിയ ഒരു അസ്ഥികൂടം പോലെ ഉണങ്ങിപ്പോയ ഒരു ഗ്രാമവും എന്നെ നോക്കി നിശ്ചലരായി, മരിച്ചവരായി, നിൽക്കുന്നുണ്ടായിരുന്നു.

ഞാൻ മുഖം തിരിച്ചു. വയറ്റിൽ നിന്ന് എന്തോ ഉരുണ്ടു കയറി വരുന്നതുപോലെ തോന്നി.

പിന്നെ ഞാൻ തിരിഞ്ഞുനോക്കിയില്ല. ഞാൻ നടത്തത്തിനു വേഗത കൂട്ടി.

******

ശ്രീചക്രം

മൂലാധാരത്തിനു മൂന്നരച്ചുറ്റുചുറ്റി, സർപ്പാകാരമായി നിദ്രചെയ്യുന്ന കുണ്ഡലിനീശക്തീ, ഉണരൂ.

പത്മാസനത്തിൽ സ്വസ്ഥനായിരുന്ന്, ഗുദത്തെ ബലമായി നിരോധിച്ച്, വായുവിനെ ഊർദ്ധ്വഗതമാക്കി കുംഭകം ചെയ്ത് സ്വാധിഷ്ഠാനത്തിലെ അഗ്നിയെ ജ്വലിപ്പിച്ച്, അഗ്നിയുടെയും വായുവിന്റെയും ആഘാതം കൊണ്ടു നിന്നെ ഉണർത്താൻ, നീ ഉണർന്ന് ഗ്രന്ഥിത്രയവും ഷഡാധാരങ്ങളും ഭേദിച്ച് സഹസ്രദളകമലത്തിലെത്തി പരമശിവനോട് ഇണചേർന്ന്, അമൃതധാര വർഷിച്ച് എഴുപത്തീരായിരം നാഡികളെയും നനയ്ക്കുന്ന അത്ഭുതകരമായ അവസ്ഥ കൈവരുത്താൻ പ്രയത്നിക്കുന്ന ഈ സാധകനോട്, പരാശക്തീ, ദയകാട്ടൂ. ഉണരൂ, ഉണരൂ, ഉണരൂ.

എതിരേ ഇരുന്നുറങ്ങിയ നഗ്നരൂപം കണ്ണുകൾ ചിമ്മിത്തുറന്നു. കറുത്ത, ശക്തമായ കണ്ണുകൾ പ്രകാശം ചുരത്തി. നീണ്ട കൺപീലികൾ ചലിച്ചു. മയ്യെഴുതിയ കൺകോണുകളിൽ വാലുകൾ മേലോട്ടു വളഞ്ഞു. അഴിഞ്ഞ, ചിതറിയ മുടി പിന്നിൽ കറുത്ത, സമൃദ്ധമായ പശ്ചാത്തലമൊരുക്കി. ഫാലദേശത്തു പൊടിഞ്ഞ സ്വേദകണങ്ങൾ അലങ്കാരത്തിന്റെ മുത്തുകളായി തിളങ്ങി. മൂക്കിന്റെ തുമ്പത്ത് ചുവപ്പ് ഒരു താമരപ്പൂപോലെ വിടർന്നു. അധരങ്ങളിൽ നേർത്തൊരു പുഞ്ചിരി ആതിരനിലാവുപോലെ പുലർന്നു. കഴുത്തു ചലിച്ചു. നീണ്ടുരുണ്ട നഗ്നമായ കൈകൾ ചലിച്ചു. നഗ്നമായ നിറഞ്ഞ മുലകൾ ചലിച്ചു. മുലകൾക്കടിയിൽ വയറിന്റെ വളവുകൾ ചലിച്ചു. നീലനിറമാർന്ന രോമാവലി ചലിച്ചു. നാഭിച്ചുഴിയും യോനീപ്രദേശവും ചലിച്ചു. വെണ്ണക്കൽത്തൂണുകൾ മാതിരിയുള്ള കാലുകൾ ചലിച്ചു. പാദധൂളി, ദിവ്യമായ, ശക്തമായ, സുരഭിലമായ പാദധൂളി ഉയർന്നു പരന്ന് അന്തരീക്ഷത്തിൽ നിറഞ്ഞു. പാദധൂളിയിൽ നിന്നു പിന്നെ വർണരാജികളിലേക്കു നോക്കി കണ്ണഞ്ചിയ ചിത്രകാരന്റെ കൈകൾ വിറച്ചു. അയാളുടെ ബ്രഷ് നിലത്തുവീണു.

ക്ഷുഭിതനായ അയാൾ അലറി: “നിന്നോടല്ല ഞാൻ പറഞ്ഞത്, ഉണ രാൻ. നീ വെറുമൊരു മോഡൽ. ഞാൻ വാടകയ്ക്കെടുത്ത മോഡൽ. ഞാൻ എന്റെ ശക്തിദേവതയെ ഉപാസിക്കുകയാണ്. കണ്ണടയ്ക്കൂ. ഞാൻ പറഞ്ഞപോലെ ഇരിക്കൂ”.

ഉണർന്ന സ്ത്രീരൂപം ഒരു നടുക്കത്തോടെ കണ്ണുകൾ പൂട്ടി. അവ ളുടെ ശ്വാസോച്ഛ്വാസത്തിന്റെ നേർത്ത ചലനമൊഴിച്ചൊക്കെ നിശ്ചലമാ യി.

ചിത്രകാരൻ കുനിഞ്ഞു ബ്രഷെടുത്തു. തെല്ലിട നിശ്ചലനായിരുന്നു. അയാളുടെ അധരങ്ങൾ കഠിനമായൊരു വിസ്മയത്തിൽ അകന്നിരുന്നു. അയാളുടെ കണ്ണുകളിൽ ശൂന്യാകാശം നിഴലിച്ചുനിന്നു.

മനസ്സിൽനിന്ന് ആകാശം. ആകാശത്തിൽനിന്നു വായു. വായുവിൽനിന്ന് അഗ്നി. അഗ്നിയിൽനിന്നു ജലം. ജലത്തിൽനിന്ന് ഭൂമി.

ഭൂമാതാവേ, ജഗദംബേ, ശക്തീ!

യുഗങ്ങളുടെ തപസ്സിൽനിന്ന് അടിയൻ ഉണർന്നപ്പോൾ, നിന്തിരുവടി യുടെ പാദധൂളിയുടെ ശക്തിയും സൗരഭ്യവും അടിയനെ തൊട്ടുണർത്തി യപ്പോൾ, അടിയൻ കൊതിച്ചു, അമ്മേ, നിന്തിരുവടിയുടെ രൂപം, നീയാ കുന്ന നാദത്തിന്റെ രൂപം, അടിയന്നു പ്രത്യക്ഷമായിരിക്കുന്നുവെന്ന്. നിന്തി രുവടി അടിയന്റെ വർണങ്ങളിലേക്ക് എഴുന്നള്ളി വന്നിരിക്കുന്നുവെന്ന്. പക്ഷേ, തപസ്സ് അപൂർണമായിരുന്നുവെന്നോ?

തപസ്സായിരുന്നു സുഖം. തപസ്സിന്റെ വേദന ആയിരുന്നു, ശൈത്യം ആയിരുന്നു, ഏകാന്തത ആയിരുന്നു സുഖം. ധ്യാനത്തിന്റെ തീവ്രമായ അസഹ്യത ആയിരുന്നു സുഖം.

ഇന്നത്തെ വേദനയാണ് കഠിനം. ഈ ദുഃഖമാണ് അടിയന്ന് അസ ഹ്യം.

അമ്മേ, കണ്ണുകൾ തുറക്കൂ.

വീണ്ടും ഭൗതികത കണ്ണുകൾ തുറന്നു.

പൊടുന്നനെ ശക്തമായൊരു വിഭ്രാന്തിയിൽ ചിത്രകാരൻ പിടഞ്ഞു. നീയാണോ അമ്മ? ഈ കണ്ണുകൾ, ഈ മുഖം, ഈ മുലകൾ, ഈ നാഭി പ്രദേശം, ഈ മൂലാധാരത്രികോണം നിന്റേതാണോ?

അല്ല. ഒക്കെ ഭൗതികമാണ്. ഇവൾ വെറും മോഡലാണ്.

അവളുടെ ഭൗതികമായ ശരീരത്തിന്നു പിന്നിൽ ഭൗതികമായ ഭൂമി കിടന്നു. പാറക്കെട്ടുകളിൽ, കാട്ടരുവികളിൽ, കാട്ടുപറവകളിൽ, കുറ്റിച്ചെ ടികളിൽ, കുന്നുകളിൽ, സന്ധ്യ തളം കെട്ടിനിന്ന താഴ്വരകളിൽ, ഭൂമി അമർന്നുകിടന്നു. കുന്നുകൾക്കുമീതേ മനസ്സിൽ നിന്നുത്ഭവിച്ച നീലിച്ച

ആകാശം. ആകാശത്തിൽനിന്നു വായു. വായുവിൽനിന്നു അഗ്നി. അഗ്നിയിൽനിന്ന് ജലം. ജലത്തിൽനിന്നു ഭൂമി.

ഭൂമിയിൽ പിറന്ന അവൾ എന്ന ഭൗതിക പദാർഥത്തോട് അയാൾക്ക് വെറുപ്പും ദേഷ്യവും തോന്നി.

നീ മാംസമാണ്. നീ അറകളാണ്. നീ ലോമികകളാണ്. നീ അസ്ഥികളാണ്. നീ രോമകൂപങ്ങളാണ്. നീ വെറും സ്ത്രീയാണ്. സ്ത്രീ എന്ന ഉപഭോക്തൃ വസ്തു. നിന്നെ എനിക്കുപയോഗിക്കാം. നിന്റെ സ്ത്രൈണതയെ, നീ നിലവിളിച്ച് നിലവിളിച്ച് ഒടുവിൽ, ദ്രുതഗതിയിൽ ശ്വാസോച്ഛ്വാസം ചെയ്ത് കണ്ണുകൾ പൂട്ടി, തളർന്നു കിടക്കുവോളം, നീ മരിക്കുവോളം, നീ വെറും മൃതദേഹമാകുവോളം നിന്നെ എനിക്കുപയോഗിക്കാം.

നിന്നെ എനിക്കു വരയ്ക്കാം. ഭൗതികമായ സ്ത്രീസൗന്ദര്യം അപ്പാടെ എണ്ണച്ഛായത്തിൽ പകർത്താം.

പക്ഷേ, എനിക്കതു വേണ്ട. എനിക്കു സ്ത്രീയുടെ ചിത്രം വേണ്ട.

ശക്തിയുടെ ചിത്രം മതി. നാദത്തിന്റെ ചിത്രം മതി. നാദബ്രഹ്മമേ, നിന്റെ ചിത്രം. നാദമാവുന്ന ശക്തി, പരാശക്തി, നിന്റെ ചിത്രം.

അപ്പോൾ അയാൾക്കു ദേഷ്യം ഇരട്ടിച്ചു. അയാൾ ഗർജിച്ചു: "അടയ്ക്കൂ, നിന്റെ കണ്ണുകളടയ്ക്കൂ".

അയാളുടെ വിറയ്ക്കുന്ന കൈകളിൽനിന്നു ബ്രഷ് വീണ്ടും നിലത്തു വീണു.

അവൾ കണ്ണുകളടച്ചു.

മഹാത്രിപുരസുന്ദരീ, അരുതേ, കണ്ണുകൾ അടയ്ക്കരുതേ. അടിയൻ പ്രാർഥിക്കുന്നു.

നിന്തിരുവടി കണ്ണുകളടയ്ക്കുമ്പോൾ പ്രപഞ്ചം നശിക്കുന്നു. തുറക്കുമ്പോൾ പ്രപഞ്ചം ഉണ്ടാവുന്നു. നീ കണ്ണുകൾ തുറന്നതിനാലുണ്ടായ ഈ പ്രപഞ്ചത്തെ പ്രളയത്തിൽനിന്നു രക്ഷിക്കാൻ വേണ്ടി, അമ്മേ കണ്ണുകൾ തുറക്കൂ.

പശുപതിക്കുമാത്രം അധീനമായ ഹൃദയത്തോടുകൂടിയ മഹാദേവീ, നിന്തിരുവടി ഞങ്ങളെ ശുദ്ധീകരിക്കുന്നതിനായി, ഏതു കണ്ണുകളാൽ ശോണനദം, ഗംഗ, യമുന എന്നീ പുണ്യതീർഥങ്ങളുടെ പാപവിനാശകമായ സംഗമം സൃഷ്ടിക്കുന്നുവോ, ആ ദയാനിർഭരമായ കണ്ണുകൾ, ചുവപ്പ്, വെളുപ്പ്, കറുപ്പ് എന്നീ വർണങ്ങളുള്ള ആ ദിവ്യനേത്രങ്ങൾ, അമ്മേ അടയ്ക്കരുതേ.

വെളുപ്പെന്ന സത്വം.

ചുവപ്പെന്ന രജസ്സ്

കറുപ്പെന്ന തമസ്സ്

ബ്രഹ്മാവ്, വിഷ്ണു, രുദ്രൻ.

വിഷയവിരക്തനായ ത്രിപുരാന്തകനെ കാമഭ്രാന്തിനാൽ ഉന്മത്തനാക്കാൻ പോന്ന നിന്റെ കാതോളമെത്തുന്ന നേത്രങ്ങൾ തുറന്ന്, മഹേശ്വരീ, കടാക്ഷിക്കൂ. പ്രപഞ്ചത്തെ രക്ഷിക്കൂ.

അരുതേ, അമ്മേ കണ്ണുകളടയ്ക്കരുതേ.

ശൃംഗാരം, ബീഭത്സം, രൗദ്രം, അത്ഭുതം, ഭയം, വീരം, ഹാസ്യം, കരുണം എന്നിങ്ങനെ എട്ടു രസങ്ങൾ നിറഞ്ഞുനിൽക്കുന്ന, എട്ടു രസങ്ങൾ കിടന്നു തിളയ്ക്കുന്ന, എട്ടു രസങ്ങളുടെ വർണപുഷ്പങ്ങൾ വിടരുന്ന, അലൗകികസൗന്ദര്യമുള്ള നിന്റെ നേത്രങ്ങളുടെ കാന്തി, വിശ്വസുന്ദരീ, ഞാൻ എങ്ങനെ പകർത്തും?

ദ്രാവിഡശിശുവിനെപ്പോലെ ജഗന്മാതാവേ, നിന്തിരുവടി എന്ന പാലൂട്ടിയെങ്കിൽ.

എങ്കിൽ നിന്തിരുവടിയുടെ ശക്തമായ കാന്തി ഞാൻ ദർശിക്കുമായിരുന്നു. ഹിമവത്സാനുക്കളിലിരുന്ന്, നിന്റെ സൗന്ദര്യത്തിന്റെ മാസ്മരലഹരി, നിറങ്ങളുടെ നൂറു ശ്ലോകങ്ങളിലൂടെ, താളരാഗലയനിബദ്ധമായി ഞാൻ ആവിഷ്കരിക്കുമായിരുന്നു.

നീയാകുന്ന ശബ്ദത്തെ, നീയാകുന്ന അർഥത്തെ, ഞാൻ എന്റെ കാൻവാസിൽ പകർത്തുമായിരുന്നു.

ഇന്നു ഞാൻ എന്തു വരയ്ക്കട്ടെ? എങ്ങനെ ഞാൻ പകർത്തട്ടെ?

എന്റെ ദുർബലമായ കൈകളിൽനിന്നു ബ്രഷ് വീണുപോയിരിക്കുന്നു. എന്റെ മനസ്സ് മരവിച്ചുപോയിരിക്കുന്നു. എന്റെ ഇഡ–പിംഗളകൾവഴി ഇറ്റുവീഴുന്ന അമൃതിന്റെ തുള്ളികൾ നുകർന്ന് കുണ്ഡലിനീശക്തീ, നീ ഉറങ്ങിക്കിടക്കുന്നു.

അമൃതിന്റെ പ്രവാഹം നിറുത്താൻവേണ്ടി പത്മാസനത്തിലിരുന്ന്, ഗുദം ഉറപ്പിച്ചു. വായുവിനെ മുകളിലേക്കു കുംഭകം ചെയ്ത് ഞാൻ തപസ്സു ചെയ്തു. നിന്തിരുവടിയെ പഷ്ണിക്കിടാൻ. അങ്ങനെ നിന്നെ സുഷുമ്നയിലൂടെ മുകളിലേക്കു ആവാഹിച്ചു. സഹസ്രദളകമലകേന്ദ്രത്തിൽ സ്ഥിതി ചെയ്യുന്ന പ്രാണനുമായി ഇണചേർക്കാൻ ഹിമഗിരികന്യേ, ഞാൻ കൊതിച്ചു. ആ ഇണചേരലിലൂടെ എനിക്കു ബുദ്ധിപരമായ പരിണാമം സംഭവിക്കുമെന്ന്, ഞാൻ ജ്ഞാനിയാവുമെന്ന്, നിന്റെ ചക്രരഹസ്യം എനിക്കു വശഗമാവുമെന്ന് ഞാൻ ആഗ്രഹിച്ചു. മഴയത്ത്, വെയിലത്ത്, തണുപ്പത്ത്, ഇരുട്ടത്ത്, ഉടുതുണിയില്ലാതെ വിറയ്ക്കുന്ന ശരീരത്തെ മറന്ന്, എനിക്കു ചുറ്റിലും കിടന്നു കിടുങ്ങിയ പ്രപഞ്ചത്തെ മറന്ന്, ആഗ്രഹനി

വൃത്തിക്കായി, നിന്റെ രൂപം കാണാൻ ശ്രമിച്ച് ജഗദംബേ, അടിയൻ ധ്യാന ലീനനായിരുന്നു. എട്ടു രസങ്ങളുടെ നിറങ്ങൾ എന്റെ ഉൾക്കൺമുന്നിൽ നിഴലാട്ടം നടത്തി. സത്വത്തിന്റെ, രജസ്സിന്റെ തമസ്സിന്റെ വർണങ്ങൾ എന്റെ മുന്നിൽ അതിദ്രുതം ചുറ്റിത്തിരിഞ്ഞു. ശോണനദവും ഗംഗയും യമുനയും എന്നെ ചുറ്റിയൊഴുകി.

അവയുടെ പാപനാശകമായ സംഗമം ഞാൻ കണ്ടോ?

വെളുപ്പും ചുവപ്പും കറുപ്പും ചുറ്റിത്തിരിഞ്ഞ ചക്രത്തിന്റെ രൂപം എന്റെ ഉള്ളിൽ ഉറച്ചോ?

എട്ടുരസങ്ങൾ നിറഞ്ഞ നിന്റെ ഭാവവൈവിധ്യം മായാത്തമാതിരി എന്റെ മനസ്സിൽ, എന്റെ ബുദ്ധിയിൽ, പതിഞ്ഞോ?

നിന്റെ ചിത്രത്തിന്റെ രഹസ്യം എനിക്കു ലഭിച്ചോ?

ഉണർന്നപ്പോൾ,

ഇല്ലെന്നു തോന്നുന്നു.

ത്രിനദികളുടെ സംഗമം, നിന്തിരുവടിയുടെ രൂപം, ശ്രീചക്രത്തിന്റെ രഹസ്യം ഒക്കെ എന്നെ വിട്ടൊഴിഞ്ഞു നടന്നു.

ഞാൻ കാൻവാസ് തയ്യാറാക്കി. ഞാൻ എന്റെ ചായക്കൂട്ടുകൾ ഒരുക്കിവച്ചു. എന്റെ പണിപ്പുരയിൽ ഞാനിരുന്നു. എന്റെ വിറയ്ക്കുന്ന കൈകൾ ബ്രഷ് ഏന്തി. ബ്രഷ് കാൻവാസിന്മേൽ സഞ്ചരിച്ചു. ബ്രഷ് കാൻവാസിന്മേൽ ചായത്തിന്റെ പോറലുകൾ വീഴ്ത്തി. ഭൂമിയിലെ പാതകൾപോലെ, കാട്ടിലെ അരുവികൾ പോലെ, ജീവിതപന്ഥാവുകൾപോലെ, അമ്മേ ചായത്തിന്റെ ലക്ഷ്യമില്ലാത്ത, രൂപമില്ലാത്ത, അർഥമില്ലാത്ത, വികൃതമായ ചാലുകൾ എന്റെ കാൻവാസിൽ ഒഴുകി.

നീ എന്റെ കാൻവാസിലേക്ക് എഴുന്നള്ളിവന്നില്ല. നിന്റെ ചക്രത്തിന്റെ രഹസ്യം എനിക്കു വിധേയമായില്ല.

ഞാൻ കരഞ്ഞു.

അമ്മേ ഞാൻ കരഞ്ഞു.

നീ എന്റെ കരച്ചിൽ കേട്ടില്ലേ?

കേട്ടെന്നു കരുതി, ഞാൻ വീണ്ടും ശ്രമിച്ചു.

ഇല്ല ജഗദംബേ, നീ പ്രസാദിച്ചില്ല.

നീ എന്നെ കടാക്ഷിച്ചെങ്കിൽ, ശബ്ദത്തിന്റെയും അർഥത്തിന്റെയും ആരംഭമേ, ആദിനാദത്തിന്റെയും ആദിവചനത്തിന്റെയും ചൈതന്യമേ, നീ എന്നെ അനുഗ്രഹിച്ചെങ്കിൽ ഞാൻ വിജയിക്കുമായിരുന്നു.

പക്ഷേ, ആ ഭാഗ്യം എനിക്കു നിഷേധിക്കപ്പെട്ടു. എന്റെ ശ്രമങ്ങൾ പാഴായി.

ആരോ വരച്ച നിന്റെ ചക്രത്തിൽ നോക്കി ഞാൻ ഇരുന്നു. പഠിച്ച തെല്ലാം ഞാൻ ഓർത്തു. ഒമ്പതു ചക്രങ്ങളുടെ ഇണചേരലിൽനിന്നു നാല്പത്തിമൂന്നു കോണങ്ങളും ഒരു ബിന്ദുവുമുള്ള ഈ രൂപം ഉണ്ടാവുന്നു. ശക്തിയുടെ അഞ്ചു ചക്രങ്ങൾ. ശിവന്റെ നാലു ചക്രങ്ങൾ. അഞ്ചും നാലും ഒൻപത്, ഒൻപതിലെത്തുന്നവൻ വിജയം കൈവരിക്കുന്നു.

ഞാൻ ശ്രമിച്ചു. എത്തിയില്ല. എത്തിയില്ല. എത്തിയില്ല.

എനിക്കെത്തണമമ്മേ, ഒൻപതിലെത്തണം.

ചക്രരഹസ്യം കണ്ടെത്താൻ വേണ്ടി ശ്രീചക്രത്തിനു മുമ്പിൽ ഉപവിഷ്ടനായപ്പോൾ ഞാൻ ബുദ്ധിശൂന്യനായി.

നിന്റെ രൂപം പകർത്താൻ ബ്രഷ് ഏന്തിയപ്പോൾ ഞാൻ മൂഢനായി.

ഒടുവിലൊടുവിൽ,

ലോകത്തിന്റെ മുഴുവൻ സൗന്ദര്യവും നിറഞ്ഞുനിൽക്കുന്ന ഒരു സ്ത്രീരൂപത്തെ ഞാൻ എന്റെ മോഡലാക്കി. അവളെ വരയ്ക്കാൻ എനിക്കു കഴിയും. പക്ഷേ, അത് അവളുടെ രൂപമേ ആവുകയുള്ളൂ. അവൾ മനുഷ്യസ്ത്രീയാണ്. സ്ത്രീ എന്ന ഭൗതികപദാർഥമാണ്. മഹാത്രിപുരസുന്ദരീ, ദേവസുന്ദരിമാർ ഒരു നോക്കു കാണാൻ കൊതിക്കുന്ന നിന്റെ മാസ്മരസൗന്ദര്യം, നിന്റെ അലൗകിക കാന്തി ഇവളിലൂടെ ഞാനെങ്ങനെ കണ്ടെത്തും? എങ്ങനെ ആവിഷ്കരിക്കും?

അമ്മേ, പ്രസാദിക്കൂ. കണ്ണുകൾ തുറക്കൂ.

അയാൾ ഉറക്കെ നിലവിളിച്ചു: "തുറക്കൂ!"

സ്ത്രീ കണ്ണുകൾ തുറന്നു. പൊടുന്നനെ ചിത്രകാരൻ അന്ധാളിച്ചു. ഇവൾ അവളാണെന്നു വരുമോ? തനിക്കെന്താണീ കിടിലം! ഭൂമി കുലുങ്ങുന്നുണ്ടോ? ഇവൾ ആരാണ്?

അയാൾ തുറിച്ചുനോക്കി. മോഡൽ. നഗ്നയായ മോഡൽ. മാദകമായ അവയവങ്ങളുള്ള മോഡൽ. സ്ത്രീ. വേശ്യ.

അയാൾ പിന്നെയും ക്ഷുഭിതനായി.

"കടന്നുപോകൂ!" അയാൾ അലറി.

ഭയചകിതയായ സ്ത്രീ എണീറ്റു. അവൾ ചിത്രകാരന്റെ ദൃഷ്ടിയിൽ നിന്നും മറഞ്ഞു.

അയാൾ ആകാശത്തിലേക്കു നോക്കി. ആകാശം, വായു, അഗ്നി, ജലം, ഭൂമി.

പഞ്ചഭൂതങ്ങളുടെ മാതാവേ, ജനനീ, ജഗജ്ജനനീ, കടാക്ഷിക്കില്ലേ?

അയാളുടെ കണ്ണുകൾ ചുറ്റിത്തിരിഞ്ഞു. മുടി കാറ്റത്തു പറന്നു. താടി കാറ്റിലുലഞ്ഞു. മൂക്കു വികസിച്ചു. ചുണ്ടുകൾ വക്രിച്ചു. കവിളുകൾ വലി

ഞ്ഞു. കഴുത്തിൽ ഞരമ്പുകൾ ത്രസിച്ചു. സന്നിപാതജ്വരം ബാധിച്ചൊരു രോഗിയെപ്പോലെ അയാളുടെ ശരീരം വിറച്ചുതുള്ളി. തുള്ളിത്തുള്ളി, തന്റെ ചായക്കൂട്ടുകൾക്കു മേൽ അയാൾ പ്രജ്ഞയറ്റു വീണു.

പ്രജ്ഞ വീണ്ടുകിട്ടിയപ്പോൾ കൺമുമ്പിൽ വെളുത്ത താടി കണ്ടു. കഷണ്ടി കയറിയ ശിരസ്സിന്മേൽ ശേഷിച്ച നരച്ച മുടിനാരുകൾ കണ്ടു. അലൗകികമായ ആനന്ദം കിടന്നു പതയുന്ന കണ്ണുകൾ കണ്ടു. ചുണ്ടത്തു മാസ്മരമായ മന്ദഹാസം കണ്ടു.

ഗുരു

"ഗുരോ!" ചിത്രകാരൻ എണീറ്റിരുന്നു.

"എല്ലാം ഞാനറിഞ്ഞു". ഗുരു അരുളിച്ചെയ്തു. "അവളെല്ലാം പറഞ്ഞു, നിന്റെ മോഡൽ".

"അവൾ എന്തു പറഞ്ഞു?" ചിത്രകാരൻ തിരക്കി. അവൾ എന്താവും പറഞ്ഞിട്ടുണ്ടാവുക, എന്താണിവിടെ സംഭവിച്ചത് എന്നു കണ്ടുപിടിക്കാൻ വേണ്ടി അയാൾ വൃഥാ ഓർമയിൽ ചികഞ്ഞു.

"നീ അവളെ ശകാരിച്ചു". ഗുരു പറഞ്ഞു. "ഒടുവിൽ നീ അവളെ ഓടിച്ചു".

ചിത്രകാരൻ അത്ഭുതസ്തബ്ധനായി നോക്കിയിരുന്നു.

"ഞാനങ്ങനെ ചെയ്തിട്ടില്ലല്ലോ!" അയാൾ പറഞ്ഞു.

"നിനക്ക് ഓർക്കാൻ കഴിയുന്നില്ല". ഗുരു പറഞ്ഞു. "അതുപോട്ടെ. മറ്റൊരു കാര്യമാണു എനിക്കു നിന്നോടു പറയാനുള്ളത്".

"എന്താണ്?" ചിത്രകാരൻ ജിജ്ഞാസുവായി.

"എനിക്ക് എന്തെങ്കിലും വ്യത്യാസമുണ്ടോ?"

"അങ്ങയുടെ കണ്ണുകളിൽ അലൗകികമായ ആനന്ദത്തിന്റെ അലയടിയുണ്ട്. അങ്ങയുടെ ചുണ്ടുകളിൽ മാസ്മരമായ മന്ദഹാസമുണ്ട്".

"ഉവ്വോ? ഉവ്വോ? ഉവ്വോ?"

"ഉവ്വ്. ഉവ്വ്. ഉവ്വ്".

"രഹസ്യമറിയില്ലേ?"

'ഇല്ലല്ലോ!"

"ഞാനെത്തി". ഗുരുവിന്റെ ശബ്ദം അലൗകികമായി. ദിവ്യമായി. അഭൂതപൂർവമായ ശക്തിയും സൗന്ദര്യവും ആ ശബ്ദത്തിൽ അലിഞ്ഞു ചേർന്നിരിക്കുന്നുവെന്നു ശിഷ്യൻ മനസ്സിലാക്കി.

"ഞാൻ ഒൻപതിലെത്തി. ഓം, ശക്തി".

ഗുരുവിന്റെ കണ്ണുകൾ തന്റെ കണ്ണുകളെ തുളച്ച്, ഉള്ളറകൾ പരതി. അവയും തുളച്ച് അപ്പുറത്തേക്ക്, പ്രപഞ്ചത്തിന്നപ്പുറത്തേക്കു നോക്കുക

യാണെന്നു ചിത്രകാരനു തോന്നി. ആ കണ്ണുകൾ ദേവിയെ കാണുകയാണ്. മാണിക്യഭാവം പ്രാപിച്ച പന്ത്രണ്ടു സൂര്യന്മാരെ പതിച്ച ഹിമഗിരിസുതയുടെ സുവർണകിരീടം കാണുകയാണ്. വിടർന്ന കരിങ്കൂവളപ്പൂങ്കുലപോലെ നിബിഡവും മിനുമിനുപ്പുള്ളതും മൃദുവുമായ, സാധകരുടെ അജ്ഞതാന്ധകാരത്തെ നശിപ്പിക്കുന്ന പരമശിവപത്നിയുടെ ചികുരഭാരം കാണുകയാണ്. പകലിനെ സൃഷ്ടിക്കുന്ന വലതുകണ്ണും രാത്രിയെ സൃഷ്ടിക്കുന്ന ഇടതുകണ്ണും, സന്ധ്യയെ സൃഷ്ടിക്കുന്ന സ്വർണത്താമരപ്പൂവിന്റെ കാന്തിയുറ്റ മൂന്നാംകണ്ണും കാണുകയാണ്. അമൃതരസംനിറഞ്ഞ മാണിക്യത്തോൽക്കുടങ്ങളായ വക്ഷോജങ്ങൾ കാണുകയാണ്. കുംഭീന്ദ്രരൂപനായ ഗജാസുരന്റെ മസ്തകത്തിൽ നിന്നെടുത്ത മുത്തുമണികൾ കോർത്തമാല കാണുകയാണ്. ഗംഗാനദിയിലെ ചുഴിയും നീലരോമാവലിയാവുന്ന ലതയ്ക്കു തടവും മന്മഥന്റെ പ്രതാപാഗ്നിക്കു ഹോമകുണ്ഡവും രതീദേവിയുടെ ലീലാഗൃഹവും ശിവനേത്രങ്ങളുടെ തപസ്സിദ്ധിക്കു ഗുഹാദ്വാരവുമായ നാഭീപ്രദേശം കാണുകയാണ്. ഗുരുവും വിസ്തൃതമായ നിതംബപ്രദേശവും ഉപനിഷത്തുക്കൾക്ക് ശിരോഭൂഷണങ്ങളായ ദിവ്യാഭരണങ്ങളും കാണുകയാണ്. ദേവിയുടെ മൂലാധാരചക്രത്തിൽ സമയമോടൊത്ത് നവരസങ്ങളോടെ അത്ഭുതതാണ്ഡവം ചവിട്ടുന്ന ആനന്ദഭൈരവനെ, പരാശക്തിയുടെ ആജ്ഞാചക്രത്തിൽ വസിക്കുന്ന, സൂര്യചന്ദ്രകോടികളുടെ കാന്തിപുഞ്ജത്തെ ധരിക്കുന്ന പരശംഭുവിനെ കാണുകയാണ്. മഹാദേവിയുടെ സ്വാധിഷ്ഠാനചക്രത്തിൽ മഹാപ്രളയകാലാഗ്നിയുടെ അധിഷ്ഠാതാവായ കാലാഗ്നിരുദ്രനെ കാണുകയാണ്.

ശിഷ്യൻ ഞെട്ടി. ശിഷ്യനു ഗുരുവിനോടു അസൂയ തോന്നി. തന്നോടു തന്നെ നിന്ദയും സഹതാപവും തോന്നി. അവിശ്വാസത്തിന്റെ അലർച്ച അയാളിൽനിന്നു പൊട്ടിത്തെറിച്ചു: “എത്തിയോ?”

“എത്തി”, ദിവ്യമായ ശബ്ദത്തിൽ, ശാന്തമായി ഗുരു മറുപടി പറഞ്ഞു, “എത്തിയതിന്റെ സുഖത്തിൽ ഞാൻ എന്നെ മറക്കുന്നു. നിന്നെ മറക്കുന്നു. പ്രപഞ്ചത്തെ മറക്കുന്നു. എല്ലാമെല്ലാം മറക്കുന്നു. ഈ ആനന്ദം എനിക്കു പ്രകടിപ്പിക്കാൻ വയ്യ. ഈ അനുഭൂതിവിശേഷം എനിക്ക് ആവിഷ്കരിക്കാൻ വയ്യ”.

ബോധാബോധങ്ങളുടെ അതിർവരമ്പത്തു കാലിടറി നടന്നുകൊണ്ട്, ഭ്രാന്തിന്റെ താഴ്വാരങ്ങളിൽ വേച്ചുവേച്ച് അലഞ്ഞുകൊണ്ട് ചിത്രകാരൻ വീണ്ടും അലറി:

“എത്തിയോ? ഒൻപതിലെത്തിയോ?”

“എനിക്കതു വിശ്വസിക്കാൻ വയ്യ. വിശദീകരിക്കാനും വയ്യ. എനിക്കതു

വരയ്ക്കാൻ വയ്യ. എഴുതാൻ വയ്യ. പറയാൻ വയ്യ. പക്ഷേ, ആ സുഖം ഞാൻ അനുഭവിക്കുന്നു. ഓം, ശക്തി, ശക്തി!"

ഗുരുവിന്റെ ശാന്തഗംഭീരമായ ശബ്ദം ശക്തിമന്ത്രോച്ചാരണത്തിൽ അലിഞ്ഞു.

"ഒൻപതിലെത്തിയെന്നോ?" അസൂയ ചിത്രകാരനായി.

ഗുരു തുടർന്നു: "മഹാമായേ, നിന്റെ കടാക്ഷം. ശക്തിസ്വരൂപിണീ, നിന്റെ കാരുണ്യം. നിന്തിരുവടിയുടെ പാദാരവിന്ദങ്ങൾ അടിയന്റെമേൽ പതിച്ചിരിക്കുന്നു. അഞ്ചുശക്തിചക്രങ്ങൾ. നാലു ശിവചക്രങ്ങൾ. അഞ്ചും നാലും ഒൻപത്".

"എത്തിയോ? എത്തിയെന്നോ?" ചിത്രകാരൻ അക്ഷമനായി ഗർജിച്ചു.

ഗുരു മറ്റൊരു ലോകത്തായിരുന്നു. അയാളുടെ ശബ്ദം ഭക്തിനിർഭരമായിരുന്നു. ദിവ്യമായിരുന്നു. അസാധാരണമായിരുന്നു. "ജഗന്മാതാവേ, ബ്രഹ്മാവ്, ദേവേന്ദ്രൻ തുടങ്ങിയ ദേവന്മാർ ജരാമരണങ്ങളെ അതിജീവിക്കാൻ വേണ്ടി അമൃതപാനം ചെയ്തിട്ടുപോലും പ്രളയകാലത്തു നശിച്ചുപോവുന്നു. പരമശിവനോ ഉഗ്രമായ കാളകൂടം കഴിച്ചിട്ടുപോലും നശിക്കുന്നില്ല. മഹാമായേ, നിന്തിരുവടിയുടെ താടങ്കമഹിമകാരണം. ഓം, ശക്തിസ്വരൂപിണീ!"

ഗുരുവിന്റെ ശബ്ദത്തിന്റെ ലഹരി ശിഷ്യനെ മത്തു പിടിപ്പിച്ചു. അയാൾ ഭാഷ മറന്നു. ഒരു ഭ്രാന്തനെപ്പോലെ അയാൾ പുലമ്പി.

"എത്തിയോ? എത്തിയോ? എത്തിയോ?"

അതു കേൾക്കാത്ത ഗുരു തുടർന്നു. "മഹാത്രിപുരസുന്ദരീ, അർപ്പണമനോഭാവത്തോടെ അടിയൻ ചെയ്യുന്ന യദൃച്ഛാസല്ലാപങ്ങൾ മഹാമന്ത്രജപമായും അടിയന്റെ കൈയുടെ പ്രവൃത്തികൾ സംക്ഷോഭണാദിമുദ്രാകാരണമായും അടിയന്റെ ചലനം നിന്തിരുവടിക്കു പ്രദക്ഷിണമായും അടിയന്റെ അന്നപാനാദിക്രിയകൾ നിന്തിരുവടിയുടെ ഹോമാനുഷ്ഠാനമായും അടിയന്റെ ശയനം നിന്തിരുവടിക്കു പ്രണാമമായും; ഇങ്ങനെ അടിയന്റെ എല്ലാ സുഖവിലാസവും നിന്തിരുവടിക്കു പൂജയായി ഭവിക്കട്ടെ! ഓം, ശക്തി, ശക്തി, ശക്തി!"

ഗുരു ദിവ്യവും നിഗൂഢവുമായ ഒരു ചലനത്തിൽ എണീറ്റു നടന്നു. നടന്നകന്നു. നടന്നകന്നകന്നകന്നകലുന്ന ഗുരുവിനെ നോക്കി, ഇടയ്ക്കിടെ പിന്നാലെ ഓടി, ഇടയ്ക്കിടെ കൂവിയലച്ചു ശിഷ്യൻ പുലമ്പിക്കൊണ്ടിരുന്നു.

"എത്തിയോ? ഒമ്പതിലോ? അഞ്ചും നാലും ഒമ്പത്. ചക്രരഹസ്യം. ചക്രഭേദനം. ശ്രീവിദ്യ. ശ്രീവിദ്യ എത്തിയോ? എത്തിയോ? എത്തിയോ?"

ശിഷ്യന്റെ പുലമ്പൽ കേൾക്കാതെ ഗുരു നടന്നകന്നു. അയാളുടെ അധരങ്ങളിൽ നിന്ന് ശക്തമന്ത്രമായാനാദം അന്തരീക്ഷത്തിൽ പ്രസരിച്ചു.

മുടിയിലും താടിയിലും ചായക്കൂട്ടു പുരണ്ട, കണ്ണുകളിൽ നീരു വറ്റിയ, മുഖത്തു വികാരങ്ങൾ വറ്റിയ, വായിൽ ഉമിനീരു വറ്റിയ, നാവിൽ ശബ്ദം വറ്റിയ ചിത്രകാരനെന്ന ശിഷ്യൻ തന്റെ കീറിപ്പറിഞ്ഞ, ചായം പുരണ്ട വസ്ത്രങ്ങളിൽ ഭ്രാന്തനായി നിലകൊണ്ടു. അയാളുടെ ഭ്രാന്തു പിടിച്ച കണ്ണുകൾ അതിവേഗം ചുറ്റിത്തിരിഞ്ഞു. ചുറ്റിത്തിരിയുന്ന കണ്ണുകൾക്കു മുമ്പിൽ അവൾ അവതരിച്ചു.

നഗ്നയായ അവൾ. അവളുടെ വാർകൂന്തൽ. അവളുടെ വക്ഷോജങ്ങൾ. അവളുടെ രോമാവലി. അവളുടെ നാഭിപ്രദേശം. നിതംബം. തുടകൾ. ചർമങ്ങൾ.

അമ്മേ മഹാമായേ, നീയോ?

സ്ത്രീയേ, മാംസപിണ്ഡമേ, നീയോ?

ചിത്രകാരൻ കഠിനമായ കോപത്തിന്റെ, ഭ്രാന്തിന്റെ ചിത്രമായി മാറി. അയാൾ തന്റെ മോഡലിന്നു നേരെ ജ്വലിച്ചടുത്തു.

അയാളുടെ ഭാവം കണ്ട് അവൾ ഭയന്നു. ഓടാൻ ശ്രമിച്ചു. അയാൾ വിട്ടില്ല. അയാൾ അവളെ കടന്നു പിടിച്ചു. അയാളുടെ മുഖവും കണ്ണുകളും കത്തിയെരിഞ്ഞു. അയാളുടെ വിരലുകൾ അവളുടെ കഴുത്തില മരും മുമ്പ് അവളുടെ ദീനമായ അപേക്ഷ, ഒരു നിലവിളിയായി പുറത്തേക്കു വന്നു.

“അരുതേ!.......കൊല്ലരുതേ!.......”

ചിത്രകാരൻ അതു ശ്രദ്ധിച്ചില്ല. അയാളുടെ ക്രൂരമായ വിരലുകൾ, ഭ്രാന്തെടുത്ത വിരലുകൾ അവളുടെ കഴുത്തിൽ ആഴ്ന്നിറങ്ങിയപ്പോൾ, നിലവിളിയിലെ, അപേക്ഷയിലെ അക്ഷരങ്ങൾ വളഞ്ഞു. ചതഞ്ഞു. അരഞ്ഞു. ചതഞ്ഞരഞ്ഞ അക്ഷരങ്ങൾ അലർച്ചയായി. ഞരക്കമായി. മൂളലായി. ഒന്നുമല്ലാതായി. നിശ്ശബ്ദതയായി. ഒടിഞ്ഞ കഴുത്തുമായി അവൾ കാലത്തിന്റെ ചുവന്ന മാറിലേക്കു വീണു.

ചിത്രകാരൻ അവളെ പിച്ചിച്ചീന്താൻ തുടങ്ങി. രക്തം കുടിക്കണം. രക്തം. രക്തം.

അയാളുടെ ഗർജനം ദിക്കുകളെ നടുക്കി.

മഹിഷാസുരമർദിനീ, ശക്തിസ്വരൂപിണീ, തായേ, മഹാമായേ!

******

അധിനിവേശപ്പട

പിന്നീട് ഞങ്ങൾ, പടയാളികൾ, നിന്റെ നഗരപ്രാകാരങ്ങളിൽ എത്തി. കഴിഞ്ഞ ദിവസങ്ങളിൽ നീ കേട്ടിരുന്ന ഇരമ്പങ്ങൾ, നിന്റെ നഗരാതിർത്തികൾക്കു പുറത്തെ സമതലങ്ങളിൽ നിന്ന് ആകാശങ്ങളിലേക്കുയർന്ന് സൂര്യചന്ദ്രന്മാരുടെ പ്രകാശങ്ങളെ മറച്ചിരുന്നതും നിന്റെ ആകാശത്തെ ഒരു നിത്യനിശ ആക്കിത്തീർത്തിരുന്നതുമായ ധൂമപടലങ്ങൾ എന്നിവ ഞങ്ങളുടെ വരവറിയിക്കുന്നവയായിരുന്നു. ഞങ്ങളുടെ പീരങ്കികളുടെ ഗർജനം നിനക്കോ നിന്റെ നഗരത്തിനോ നിദ്ര തന്നിരുന്നില്ല. ഞങ്ങളുടെ അനിവാര്യമായ ആഗമനം പ്രതീക്ഷിച്ചിരിക്കാനേ നിന്റെ നഗരത്തിന്നു കഴിഞ്ഞിരുന്നുള്ളൂ.

അതു മനസ്സിലാക്കാതെ, ഞങ്ങളുടെ അജയ്യത മനസ്സിലാക്കാതെ, നിന്റെ പുരുഷന്മാർ തങ്ങളുടെ പഴയ വേട്ടത്തോക്കുകളുമായി, തുരുമ്പു പിടിച്ച മറ്റായുധങ്ങളുമായി, തങ്ങളുടെ മാതൃനഗരത്തെ ഞങ്ങളിൽ നിന്നു സംരക്ഷിക്കാൻ വേണ്ടി കച്ചകെട്ടിയിറങ്ങി. നിന്റെ നഗരത്തിന്നു പുറത്തെ, നാഴികകളോളം പരന്നുകിടക്കുന്ന വെളിമ്പറമ്പുകൾക്കപ്പുറം, വെളിമ്പറമ്പുകളെ ചുറ്റി നിങ്ങൾക്ക് ഒരു പ്രാകൃതിക പ്രതിരോധം പോലെ ഒഴുകുന്ന വീതിയേറിയ നിറഞ്ഞ പുഴയ്ക്കുമപ്പുറം മലമുകളിൽ എത്തിയിരുന്നേയുള്ളൂ ഞങ്ങൾ. മലമുകളിൽനിന്നു നോക്കിയപ്പോൾ വെളിമ്പറമ്പിലൂടെ ഞങ്ങൾക്കു നേരെ അടുക്കുന്ന എറുമ്പിൻകൂട്ടംപോലുള്ള നിങ്ങളുടെ പടയണികൾ ഞങ്ങൾ കണ്ടു. ഞങ്ങൾ പൊട്ടിച്ചിരിച്ചു. ഞങ്ങൾ ഞങ്ങളുടെ ബാരലുകളിൽ നിന്നു ധാരാളം കുടിച്ചു. പോന്നവഴിക്കു വെടിവെച്ചുകൊന്ന മാനുകളുടെ മാംസം വറുത്തുതിന്നു. അടുക്കുന്ന എറുമ്പിൻകൂട്ടം ഞങ്ങളിൽ ചിരിയുണർത്തി. മദ്യവും ഭക്ഷണവും ഞങ്ങളിൽ ചിരി വളർത്തി. ഞങ്ങളുടെ ചിരിക്കുതന്നെ നിങ്ങളുടെ പൊട്ടത്തോക്കുകളുടെ നിറയൊഴിയലിനെക്കാൾ ഏറെ ശബ്ദമുണ്ടായിരുന്നു.

മലഞ്ചരിവിലൂടെ ഞങ്ങൾ, കരുത്തരായ ആക്രമണസേന, നിന്റെ പുഴ

വക്കത്തേക്കിറങ്ങി. ഞങ്ങളുടെ കവചിതസേനാവിഭാഗത്തിന്റെ വലുപ്പം കണ്ടപ്പോൾത്തന്നെ നിങ്ങളുടെ പടയണികളിൽ പൊടുന്നനെ ജ്വരം ബാധിച്ചിട്ടുണ്ടാവണം. ആ ജ്വരത്തിൽനിന്ന് അവർക്കു താൽക്കാലിക മോചനമെങ്കിലും കിട്ടിയതു നിറഞ്ഞ പുഴയാവും. കിഴക്കൻമലകളിൽനിന്നു കുത്തിയൊലിച്ച്, കലങ്ങിമറിഞ്ഞ്, കരകളെ കുലുക്കിക്കൊണ്ട്, പുഴ നിറഞ്ഞൊഴുകി വന്ന മലവെള്ളത്തെ മറികടക്കാൻ ഞങ്ങൾക്കാവില്ലെന്ന് അവർ സ്വാഭാവികമായി കരുതി.

പിന്നെ നടന്നത്, അവരെ നിന്റെ നഗരത്തിന്റെ കാവൽക്കാരെ, അപ്പാടെ അമ്പരപ്പിച്ചു കളഞ്ഞു. ഞങ്ങളുടെ ആധുനികയന്ത്രസജ്ജീകരണങ്ങളും ഞങ്ങളുടെ അസാമാന്യമായ ബുദ്ധിസാമർഥ്യവും ഞങ്ങളുടെ ആൾക്കാരുടെ അനന്യസാധാരണമായ ചങ്കൂറ്റവും ചേർന്ന് മണിക്കൂറുകൾകൊണ്ട് നിങ്ങളുടെ പ്രാകൃതിക പ്രതിരോധമായ പുഴയ്ക്കെതിരെ പാലം പണിഞ്ഞു. പാലംപണി കഴിഞ്ഞപ്പോഴേക്കും നിന്റെ പരിഭ്രാന്തരായ പട്ടാളക്കൂട്ടം പലകാതം പിൻവാങ്ങിക്കഴിഞ്ഞിരുന്നു. ഞങ്ങൾ ഞങ്ങളുടെ അഹങ്കാരവുമായി പുഴ കടന്നു. വെളിമ്പറമ്പുകളിൽ ഞങ്ങളുടെ കവചിത വാഹനങ്ങളുടെ ഇരമ്പം ഉയർന്നു. ഞങ്ങളുടെ യന്ത്രത്തോക്കുകൾ, ഞങ്ങളുടെ വിജയം സൂചിപ്പിച്ചുകൊണ്ട്, ഞങ്ങളുടെ അപ്രതിരോധത നിങ്ങളുടെ സൈന്യത്തെ ബോധ്യപ്പെടുത്താൻവേണ്ടി, വെറുതെ ആകാശത്തിലേക്കു തിരിച്ചുവച്ച് ഞങ്ങൾ പ്രവർത്തിപ്പിച്ചു. നിങ്ങളുടെ പടയാളികളെ ഭയപ്പെടുത്തുക എന്നതായിരുന്നു, അവരിൽ മുൻകൂട്ടി പരാജയം അനിവാര്യമാണെന്ന ബോധം ഉണർത്തുക എന്നതായിരുന്നു ഞങ്ങളുടെ ഉദ്ദേശ്യം. ആ ഉദ്ദേശ്യത്തിൽ ഞങ്ങൾ ഭാഗികമായി വിജയിച്ചിരിക്കണം.

ഭാഗികമെന്നു പറഞ്ഞതിന്, പൂർണമെന്നു പറയാഞ്ഞതിനു കാരണമുണ്ട്. നിങ്ങളുടെ സൈന്യങ്ങളെ പൂർണമായി ഭയപ്പെടുകയും അവരുടെ ധാർമികബലം പൂർണമായി നഷ്ടപ്പെടുകയും അവരിൽ പരാജയം അനിവാര്യമാണെന്ന ബോധം പൂർണമായി ഉണരുകയും ചെയ്തിരുന്നെങ്കിൽ അവർ അപ്പാടെ ആ നിമിഷത്തിൽ അലമുറയിട്ടുകൊണ്ട് ആയുധങ്ങളുപേക്ഷിച്ചു തിരിഞ്ഞോടുമായിരുന്നു. അല്ലെങ്കിൽ ഞങ്ങളുടെ യന്ത്രത്തോക്കുകൾ ഗർജിച്ച നിമിഷത്തിൽതന്നെ അവർ വെള്ളക്കൊടികളുയർത്തി, ശിരോകവചങ്ങൾ നീക്കി ശിരസുകൾ വണങ്ങി കീഴടങ്ങുമായിരുന്നു.

അതുണ്ടായില്ല.

കുത്തിയൊഴുകി വരുന്ന ശക്തമായ ജലപ്രവാഹത്തിനെതിരെ കൈകൾ വിതുർത്തി ചെറുത്തുനിൽക്കുന്ന ഒരഭിനവ കാർത്തവീര്യാർജു

നനെപ്പോലെ നിങ്ങളുടെ സൈന്യം ഞങ്ങളെ എതിർക്കുവാൻ ഒരുങ്ങി നിന്നു. പഴയ കാർത്തവീര്യാർജുനന്ന് ആയിരക്കണക്കിനു കൈകളുണ്ടായിരുന്നു. നിങ്ങളുടെ സൈന്യത്തിന്നോ?

ആ കാഴ്ച കണ്ടപ്പോൾ ഞങ്ങൾക്ക്, വിജയം ഞങ്ങളുടേതു മാത്രമാണെന്നു വിശ്വാസമുള്ള ഞങ്ങൾക്ക്, പിന്നെയും ചിരിപൊട്ടി. ഞങ്ങളുടെ രണഭേരി ദിഗന്തങ്ങളെ നടുക്കി. അതിന്നു മുന്നിൽ നിന്റെ നഗരത്തിന്റെ കാവൽപ്പട്ടാളത്തിന്റെ പോർവിളി മരണശയ്യയിൽ കിടക്കുന്നവന്റെ അവസാനത്തെ തേങ്ങലിന്നു സദൃശമായിരുന്നു. ഞങ്ങൾ മുന്നോട്ടു കുതിച്ചു. നിന്റെ നഗരത്തിന്റെ കാവൽപ്പടയും മുന്നോട്ടു തന്നെ ഞങ്ങൾക്കെതിരെ അടുത്തു. പട നടക്കുന്നത് നഗരാതിർത്തിയിൽനിന്നു കഴിയുന്നത്ര അകലെയാവട്ടെ എന്നായിരിക്കണം അവർ ഉദ്ദേശിച്ചത്. എത്ര അകലെയായാലും ഞങ്ങളുടെ പീരങ്കികളുടെ ഗർജനം നഗരത്തെ നടുക്കുമെന്ന്, നഗരവാസികളിൽനിന്ന് അവരുടെ നിദ്രയെ എടുത്തുകളയുമെന്ന്, അവരെ ഉൽക്കടമായ ഭയത്തിന്റെ മലരികളിലിട്ടു ചുഴറ്റുമെന്ന് പാവങ്ങൾ പട്ടാളക്കാർ അറിഞ്ഞിരുന്നില്ല.

യുദ്ധം തുടങ്ങി.

ഞങ്ങളുടെ പതിയ ആയുധങ്ങൾക്കുമുൻപിൽ ശത്രുവിന്റെ പഴകിത്തുരുമ്പിച്ച ആയുധങ്ങൾ ഉപയോഗശൂന്യമായിരുന്നു. എന്നിട്ടും നിന്റെ നഗരസേന, നിന്റെ പുരുഷന്മാർ, ചെറുത്തുനിന്നു. അവർ ആത്മാർഥമായി, ചങ്കൂറ്റത്തോടെ പൊരുതി. പക്ഷേ, ആത്മാർഥതയ്ക്കും ചങ്കൂറ്റത്തിനുമൊക്കെ ആധുനികയന്ത്രത്തോക്കുകളുടെ മുന്നിൽ, മൃഗീയമായ കരുത്തിനു മുന്നിൽ എന്തുവില? അവർ വിഡ്ഢികൾ, അതാലോചിച്ചിട്ടും അവരുടെ വിഡ്ഢിത്തത്തെക്കുറിച്ചോർത്തു ഞങ്ങൾ പിന്നേയും ചിരിച്ചു.

നിന്റെ പുരുഷന്മാർ ഞങ്ങളുടെ മുന്നിൽ നിന്റെ നഗരാതിർത്തിക്കു പുറത്തെ വെളിമ്പറമ്പുകളിൽ പൊരുതിവീണു ചത്തു. അവരുടെ രക്തത്തിൽ വെളിമ്പറമ്പുകളിലെ മണ്ണു ചുവന്നു, കുതിർന്നു. എന്നിട്ടും അവർ പൊരുതി. അവരിൽ പലരുടെയും മുഖങ്ങളിൽ ആസന്നമായ മരണം ഭയത്തിന്റെ കറുത്ത പുഷ്പങ്ങൾ വിടർത്തുന്നതു ഞങ്ങൾ കണ്ടു. ഭയവും സംഭ്രമവും മുഖങ്ങളിൽ നിറഞ്ഞുനിന്നപ്പോഴും ഉള്ളിൽ ഉണർന്നു വളർന്നിരുന്ന ഏതോ അമൂർത്തമായ, അവ്യാഖ്യായേമായ ധൈര്യത്തിന്റെയോ കർത്തവ്യബോധത്തിന്റെയോ പ്രേരണയാലെന്നവണ്ണം അവർ തിരിഞ്ഞോടാതെ ഞങ്ങളുടെ യന്ത്രങ്ങളിൽനിന്നു ചീറിപ്പാഞ്ഞുചെന്ന

മരണത്തെ നേരിടുകയാണുണ്ടായത്. പച്ചരക്തത്തിന്റെ ഗന്ധം നിറഞ്ഞ അന്തരീക്ഷത്തിലും അവർ അസാമാന്യമായ ധീരതയോടെ പൊരുതി എന്നു ഞങ്ങളും സമ്മതിക്കുന്നു. അതുകൊണ്ടാണ് ഈ യുദ്ധം ഇത്ര നാൾ നീട്ടിക്കൊണ്ടുപോവാൻ അവർക്കു കഴിഞ്ഞത്. പക്ഷേ, പരാജയം അനിവാര്യമാവുമ്പോൾ അതു ചില ദിവസങ്ങൾ നീട്ടിവച്ചിട്ടെന്തു ഫലം എന്നു നിന്റെ പുരുഷന്മാർ, ശുംഭന്മാർ ആലോചിച്ചില്ല. ധൈര്യമെന്നു ചിലപ്പോൾ ചിലർ വിശ്വസിക്കുകയും വിളിക്കുകയും ചെയ്യുന്ന പൊങ്ങച്ചത്തിന്റെ തൃപ്തിയാവണം അവർക്കുവേണ്ടിയിരുന്നത്. അത് അവർക്കു വേണ്ടുവോളം അവരുടെ മരണംവഴി ലഭിക്കുകയും ചെയ്തു.

അവരുടെ ആത്മാവുകൾക്ക്, ആഗ്രഹിച്ചതു ലഭിച്ചു എന്ന് ആശ്വസിക്കുകയും അഭിമാനിക്കുകയും ചെയ്യാം. പക്ഷേ, അവരുടെ മുറിവേറ്റ, മുറിഞ്ഞു ചിതറിയ, മൃതശരീരങ്ങൾ ഈ നഗരത്തിന്നു പുറത്തെ വെളിമ്പറമ്പുകളിൽ വട്ടമിട്ടു പറക്കുന്ന കഴുകുകളുടെ ചിറകുകൾ വിരുത്തപ്പെട്ട ആകാശത്തിന്നു ചുവട്ടിൽ ചിതറിക്കിടക്കുകയാണ്. കഴുകുകളുടെ നീണ്ടു വളഞ്ഞ കൂർത്ത ചുണ്ടുകൾ നിന്റെ പുരുഷന്മാരുടെ മാംസം കൊത്തിവലിക്കുകയാണ്.

യുദ്ധം കഴിഞ്ഞു. നിന്റെ പുരുഷന്മാരുടെ ചോരയിൽ മുങ്ങിയ മൃതദേഹങ്ങളെ മറികടന്ന് ഞങ്ങൾ, വിജയികളായ യോദ്ധാക്കൾ, ജയഭേരികളോടെ നിന്റെ നഗരപ്രാകാരങ്ങളിലെത്തി. ഞങ്ങളെ സ്വീകരിക്കാൻ നിന്റെ നഗരത്തിന്റെ കൂറ്റൻകവാടം കാവൽക്കാരില്ലാതെ മൃതമായി ഉയർന്നു തുറന്നുനിന്നു. നിന്റെ നഗരപതാക ഞങ്ങൾ പിച്ചിച്ചീന്തി. പകരം ഞങ്ങളുടെ കൊടി ഉയർത്തി.

ഞങ്ങൾ കവാടം കടന്നപ്പോൾ നഗരവീഥികൾ നിശ്ശൂന്യമായിരുന്നു. നിരത്തുകൾ ചത്തുകിടന്നു. പീടികകളിലെ കച്ചവടക്കാർ ഞങ്ങളെ കണ്ടു. ചത്തതിനൊപ്പം നിശ്ചലരായി നിൽക്കുകയോ പീടികകൾ ഉപേക്ഷിച്ചു ഭയചകിതരായി ഓടിപ്പോവുകയോ ചെയ്തു. ഓടിപ്പോയവരിൽ ചിലരെ ഞങ്ങളുടെ വെടിയുണ്ടകൾ തിന്നു. ഞങ്ങളുടെ ആൾക്കാർ പീടികകൾ കൊള്ളയടിച്ചു. ചിലർ വീടുകളിൽ നുഴഞ്ഞുകയറി. അവിടെ ചത്തൊടുങ്ങിയ പുരുഷന്മാരുടെ സ്ത്രീകൾ അവരുടെ ശിരോവസ്ത്രങ്ങൾ കീറി, മുടി പിച്ചിച്ചീന്തി, അലമുറയിട്ടു കരയുകയും ഞങ്ങളെ ശപിക്കുകയും ചെയ്തു. അവരുടെ നിലവിളികൾ വിജയോന്മാദത്തിൽ മുഴുകിയ ഞങ്ങളുടെ മുമ്പിൽ വനരോദനങ്ങളായിരുന്നു. അവരുടെ ശാപവചനങ്ങൾ ഞങ്ങൾ ചിരിച്ചുതള്ളി. ഞങ്ങളുടെ ആൾക്കാർ അവരെ പീഡിപ്പിച്ചു.

ബലാൽസംഗം ചെയ്തു. ചിലപ്പോൾ കൊന്നു.

വന്നവഴി വേട്ടയാടി വേട്ടയാടിയാണ് ഞങ്ങൾ മുന്നേറിയത്. വിജയത്തിന്റെ ലഹരിയിലുള്ള മുന്നേറ്റം.

ഞങ്ങളുടെ അഹങ്കാരത്തിന്റെ സൂര്യൻ ജ്വലിച്ചുനിന്നു. ഞങ്ങളുടെ കണ്ണുകളിലും ചുണ്ടുകളിലും കൊതിയും ദാഹവും കത്തിനിന്നു. ഞങ്ങളുടെ അഗ്നിക്കു മുമ്പിൽ അശരണമായി, അനാഥമായി, നിസ്സഹായമായി നിന്റെ നഗരം കിടന്നു. അവളുടെ അനാഥനഗ്നതയിലേക്കു ഞങ്ങളുടെ അഗ്നിനാവുകൾ നീട്ടി.

ഞങ്ങൾ നഗരകേന്ദ്രത്തിലെത്തി. നിന്റെ ആവാസകേന്ദ്രത്തിന്റെ, നിന്റെ കൊട്ടാരത്തിന്റെ കോട്ടവാതിലുകൾ ഏഴും ഒന്നൊന്നായി ഞങ്ങൾ പൊളിച്ചു. നിന്റെ പരിചാരികകൾ നടുങ്ങി വിറച്ചു. അവരിൽ ചിലർ നിന്നെ ധരിപ്പിക്കാൻ വേണ്ടി തിരിഞ്ഞോടി. ചിലർ ഭയചകിതരായി നിന്നു. മറ്റു ചിലർ അവരെ പിടികൂടാൻ മുതിർന്ന ഞങ്ങളുടെ ആൾക്കാരോടു ധീരമായി മല്ലിട്ടു. ഒരുത്തി ഞങ്ങളിൽ ഒരാളുടെ ചെകിടത്തടിച്ചു. മറ്റൊരുത്തി ഞങ്ങളിൽ ഒരാളെ കുത്തി മുറിവേല്പിച്ചു. മൂന്നാമതൊരുവൾ ഞങ്ങളിൽ ഒരാളുടെ ആക്രമണം ചെറുത്തുനിൽക്കാനാവാതെ തന്നെത്താൻ കുത്തിച്ചത്തു.

നിന്റെ കൊട്ടാരത്തിലേക്കുള്ള ഞങ്ങളുടെ പ്രവേശം സുഗമമല്ലായിരുന്നു എന്നു ചുരുക്കം. നിന്റെ പരിചാരികകളുടെ ധീരമായ ചെറുത്തുനില്പ് ഞങ്ങളെ അമ്പരപ്പിച്ചുകളഞ്ഞു.

ഒടുവിൽ, എല്ലാവരെയും എല്ലാറ്റിനെയും കീഴടക്കിയവരായി, ജേതാക്കളായി, അജയ്യരായ യോദ്ധാക്കളായി, അഹങ്കാരത്തോടെ, ഉയർത്തിപ്പിടിച്ച ശിരസ്സുകളുമായി, മെയ്ക്കരുത്തിന്റെ മിനുപ്പും കൊഴുപ്പുമായി, ഞങ്ങളുടെ നൂതനായുധങ്ങളുടെ പിൻബലത്തിന്റെ മുഷ്കുമായി ഞങ്ങൾ, അധിനിവേശപ്പട, നിന്റെ അരമന വാതിലിലെത്തി.

വാതിൽ വെട്ടിപ്പൊളിക്കാനുള്ള കരുത്തും തയ്യാറെടുപ്പുമായാണ്, അധികാരികൾ എന്ന ഭാവത്തിൽത്തന്നെയാണ് ഞങ്ങൾ എത്തിയത്. വെട്ടിപ്പൊളിക്കേണ്ടിവന്നില്ല. ഞങ്ങൾ എത്തിയപ്പോഴേക്കും നിന്റെ അരമന വാതിൽ തുറക്കപ്പെട്ടു. അപൂർവസൗന്ദര്യവതികളായ രണ്ടുയുവതികൾ മന്ദസ്മിതം പൊഴിക്കുന്ന ചുണ്ടുകളുമായി അവിടെ പ്രത്യക്ഷപ്പെട്ടു. അപ്പോഴാണ് യഥാർഥത്തിൽ ഞങ്ങൾ അമ്പരന്നുപോയത്. നഗരാതിർത്തിക്കു പുറത്ത് പുഴയോരത്തു വെളിമ്പറമ്പിൽ കഴിഞ്ഞ ദിവസങ്ങളിൽ നടന്ന ഘോരയുദ്ധത്തെയും കൂട്ടക്കൊലപാതകങ്ങളെയും കുറിച്ചോ,

നഗരാതിർത്തിക്കുള്ളിൽ നടന്ന കൊള്ളകളെയും കൊലകളെയും ബലാൽസംഗങ്ങളെയും കുറിച്ചോ, എന്തിന്, വിനാഴികകൾക്കു മുൻപു കോട്ടവളപ്പിൽ നടന്ന പിടിവലികളെയും ബഹളങ്ങളെയും കുറിച്ചുപോലുമോ അവർക്കു യാതൊരു വിവരവുമില്ലെന്നു തോന്നുമായിരുന്നു അവരുടെ മന്ദസ്മേരങ്ങൾ കണ്ടാൽ. ഞങ്ങൾ അന്ധാളിച്ചു. ഇതെന്തു കൂത്തെന്ന് ഞങ്ങൾ മൂക്കത്തു വിരൽവെച്ചു. ആദ്യസംഭ്രമം അല്പമൊന്നൊതുങ്ങിയപ്പോൾ ഞങ്ങൾ കൂട്ടത്തോടെ ഉള്ളിലേക്കു തള്ളിക്കയറാൻ മുതിർന്നു. അപ്പോൾ നിന്റെ വാതിൽക്കാവൽക്കാരികളിൽ ഒരുവൾ ദിവ്യവും ശാന്തവുമായ ശബ്ദത്തിൽ പറഞ്ഞു:

"തിടുക്കം കൂട്ടേണ്ടതില്ല. എല്ലാവർക്കും ഉള്ളിലേക്കു വരാം. പക്ഷേ, കൂട്ടത്തോടെ തള്ളിക്കയറുന്നതിന്നു പകരം ആദ്യം നിങ്ങളിൽ കുറച്ചു പേർ എല്ലാവരുടെയും പ്രതിനിധികളായി ഉള്ളിലേക്കു വരികയല്ലേ സൗകര്യം?"

അവളുടെ ശബ്ദത്തിന്റെ ഗാംഭീര്യം ഞങ്ങളെ, സത്യം പറയട്ടെ, വല്ലാതെ സ്പർശിച്ചുവെന്നു തോന്നുന്നു. നിന്റെ പുരുഷന്മാരുടെ, നിന്റെ നഗരത്തിന്റെ രക്തം കുടിച്ച ഞങ്ങളിൽ അവളുടെ ശബ്ദം ചലനങ്ങളുണർത്തി. ഞങ്ങൾ തങ്ങളിൽത്തങ്ങളിൽ നോക്കി. ഞങ്ങളിൽ ചിലർ വിഷയം ചർച്ച ചെയ്തു.

ഒടുവിൽ ഞങ്ങളിൽ കുറെപ്പേർ ഉള്ളിലേക്കു വരാൻ തീർച്ചയാക്കി. ഞങ്ങളുടെ സഹയോദ്ധാക്കളോടു വിവരം പറഞ്ഞ്, ഞങ്ങളിൽ കുറേപ്പേർ നിന്റെ അരമനയുടെ വർണശബളമായ പ്രധാനമുറിയിലേക്കു കടന്നു. പ്രധാന മുറിയിൽ വിരിക്കപ്പെട്ടിരുന്ന വിലയേറിയ പരവതാനികളിൽ ഞങ്ങളുടെ ചോരപുരണ്ട പട്ടാളബൂട്ടുകൾ പതിഞ്ഞു. മുറിയുടെ ചുമരലങ്കാരങ്ങളും മറ്റലങ്കാരങ്ങളും അലങ്കാരങ്ങളുടെ വർണപദ്ധതിയും പ്രകാശവിതാനവും ഒക്കെ ഞങ്ങളെ അത്ഭുതത്തിലാഴ്ത്തി. പ്രധാനമുറിയുടെ, ഞങ്ങൾ കടന്നുവന്ന വാതിലിന്നെതിരെയുള്ള ഭാഗത്തെ ചുവന്ന പട്ടുതിരശ്ശീല നീങ്ങിയപ്പോഴാണു അത്ഭുതം എന്ന വാക്കിന്റെ പൂർണമായ അർഥം ഞങ്ങൾക്കു മനസ്സിലായത്. തിരശ്ശീല നീങ്ങിയപ്പോൾ രക്തഖചിതമായ സിംഹാസനത്തിൽ കറുത്ത ശിരോവസ്ത്രവും കറുത്ത പട്ടിന്റെ ഉത്തരീയവും ധരിച്ച് ഉപവിഷ്ടയായിരുന്ന നിന്റെ തേജസ്സു ചിതറുന്ന മുഖമായിരുന്നു ഞങ്ങളുടെ അത്ഭുതത്തിന്റെ പര്യായം. നിന്നിൽനിന്നു പ്രസരിച്ച അഭൗമതേജസ്സിന്റെ കിരണങ്ങൾ ഞങ്ങളുടെ കണ്ണുകളെ മഞ്ഞളിപ്പിച്ചു. ഞങ്ങൾ പെട്ടെന്ന് ചെറുതായി. ഞങ്ങളുടെ ശിരസ്സുകൾ ഞങ്ങ

ളറിയാതെ കുനിഞ്ഞു. നീ എണീറ്റപ്പോൾ നീ ആകാശങ്ങളോളം വളർന്നുയരുന്നതായും ഞങ്ങൾ പാതാളത്തോളം താഴുന്നതായും ഞങ്ങൾക്കനുഭവപ്പെട്ടു.

നീ സംസാരിച്ചപ്പോൾ നിന്റെ ശബ്ദത്തിന്റെ മാസ്മരശക്തി ഞങ്ങളെ കീഴ്പ്പെടുത്തിക്കളഞ്ഞു. അതിന്റെ അലൗകികപ്രശാന്തത ഞങ്ങളെ നിശ്ചലരാക്കി. ഞങ്ങളുടെ ആയുധങ്ങളെ പ്രവർത്തനരഹിതമാക്കാൻ പോലും ആ ശബ്ദത്തിനു കഴിയുമെന്നു ഞങ്ങൾ കരുതി.

നീ പറഞ്ഞു : "സഹോദരന്മാരേ, നിങ്ങൾ എന്റെ നഗരത്തെ നശിപ്പിച്ചിരിക്കുന്നു. എന്റെ യോദ്ധാക്കൾ നിങ്ങളോടു പടവെട്ടി വീരമൃത്യു വരിച്ചിരിക്കുന്നു. അവരുടെ സ്ത്രീകൾ ശിരോവസ്ത്രം കീറി വിലാപത്തിൽ കഴിയുന്നു. അവരും നിങ്ങളുടെ മൃഗീയമായ ആക്രമണത്തിനു വിധേയരായിരിക്കുന്നു. പിന്നെ, എനിക്കെന്തിന്ന് അവർക്കു വേണ്ടാത്ത ഈ ശിരോവസ്ത്രം?"

പൊടുന്നനെ നീ നിന്റെ ശിരോവസ്ത്രം വലിച്ചു ചീന്തിയെടുത്തു പിച്ചിക്കീറിക്കഴിഞ്ഞു. കടൽപോലുള്ള നിന്റെ ചികുരഭാരം നിന്റെ ശിരസ്സിനുചുറ്റിലും അഴിഞ്ഞു പടർന്നുവീണു. ഞങ്ങൾ നടുങ്ങി. നടുക്കത്തിന്റെ നിമിഷങ്ങളിൽനിന്നു ഞങ്ങൾ ഉണർന്നപ്പോൾ നിന്റെ ശബ്ദം കേട്ടു:

"എന്റെ നഗരം പൂർണമായും തകർന്നിരിക്കുന്നു. ഈ കൊട്ടാരമൊഴിച്ച് ഈ നഗരത്തിൽ ഇനി ഒന്നും ബാക്കിയില്ല. ഇതുകൂടിയല്ലേ നിങ്ങൾക്കു കൊള്ളയടിക്കേണ്ടതുള്ളൂ? കൊള്ളയടിച്ചുകൊള്ളൂ. എന്റെ ആൾക്കാർക്കു അവരുടെ സ്വത്തുക്കൾ നഷ്ടപ്പെട്ടിരിക്കുന്നു. പിന്നെ, എനിക്കെന്തിന്, അവർക്കില്ലാത്ത ഈ സ്വത്തുക്കൾ?"

നീ നിറുത്തി. ഞങ്ങൾ വീണ്ടും നടുങ്ങി. ഞങ്ങൾക്കു സംസാരിക്കാൻ കരുത്തില്ലായിരുന്നു. നീ തുടർന്നു:

"എന്റെ നഗരത്തിലെ സ്ത്രീകളെ നിങ്ങൾ കൊന്നു. ബലാൽസംഗം ചെയ്തു. അവർക്ക് അവരുടെ ചാരിത്ര്യശുദ്ധിപോലും നഷ്ടപ്പെട്ടിരിക്കുന്നു. പിന്നെ, എനിക്കെന്തിനീ, ഒരു വിലയുമില്ലാത്ത ഈ ശരീരം?"

അടുത്ത, അപ്രതീക്ഷിതവും വിസ്ഫോടകവും അവിശ്വസനീയവും പ്രപഞ്ചമാകെ പൊട്ടിത്തകർന്നു ചീളുകളായി തെറിക്കുന്നതുമായ അപൂർവനിമിഷത്തിൽ നീ നിന്റെ കറുത്ത പട്ടിന്റെ ഉത്തരീയം വലിച്ചു ചീന്തി.

ഞങ്ങൾ എവിടെ? ഞങ്ങളുടെ കണ്ണുകൾ എവിടെ? ഞങ്ങളുടെ ഓർമ

കൾ എവിടെ? ഞങ്ങളുടെ ആയുധങ്ങൾ എവിടെ? ഞങ്ങളുടെ വെളിച്ചം എവിടെ? ഞങ്ങളുടെ കാലം എവിടെ? ഞങ്ങളുടെ ഞങ്ങൾ എവിടെ?

എല്ലാറ്റിനേയും മൂടുന്ന, എല്ലാറ്റിനേയും ഗ്രസിക്കുന്ന, ആർത്തിരമ്പുന്ന, ഉഗ്രമായ, ശക്തമായ ഈ തമോസമുദ്രത്തിന്റെ ഉറവിടം എവിടെ?

******

കാവേരി

കാവേരി കറുത്തവളായിരുന്നു.

പനങ്കുലപോലെ നിറഞ്ഞ മുടി. കറുത്ത മുഖത്ത് താരുണ്യം തുളുമ്പുന്ന കവിളുകൾ. പതിനേഴിന്റെ നിറഞ്ഞ, നനവൂറുന്ന അധരങ്ങൾ. ചെറിയ മൂക്കിന്റെ തുമ്പത്ത് മൂക്കുത്തി. തൂവെള്ളനിറമുള്ള കൊച്ചരിപ്പല്ലുകൾ. തിളങ്ങുന്ന കണ്ണുകൾ.

കാവേരി അഴകുള്ളവളായിരുന്നു.

കറുപ്പിന് ഏഴഴക് എന്നത് അവളുടെ കാര്യത്തിൽ ഏഴായിരമഴകെന്നോ ഏഴുലക്ഷം അഴകെന്നോ തിരുത്തിപ്പറയണം.

കാവേരി പിഞ്ഞിയ പാവാടയും പിഞ്ഞിയ ജമ്പറും പഴകിയ ഒരു വെള്ള ദാവണിയും ധരിച്ച് രാവിലെ പുറപ്പെട്ടു. രാവിലെയെന്നു പറഞ്ഞാൽപ്പോരാ, കൊച്ചുവെളുപ്പാൻകാലത്ത്. അപ്പോൾ സൂര്യൻ ബംഗാൾ ഉൾക്കടലിന്റെ അടിത്തട്ടുകളിലെവിടെയോ ഉറക്കത്തിലായിരുന്നു. നഗരം നിദ്രയിലായിരുന്നു. ചേരിപ്രദേശത്തെ അവളുടെ കുടിലും അതിനടുത്ത കുടിലുകളും നിരത്തിന്നു മറുപുറത്തെ, പണവും പരിഷ്കാരവുമുള്ള കൊള്ളാവുന്നവരുടെ വീടുകളും നിദ്രയിലായിരുന്നു. പക്ഷേ, കാവേരി നിദ്രയിലായിരുന്നില്ല. ഒക്കത്തു കുടവുമായി കാവേരി പുറപ്പെട്ട നേരം കറുത്ത നിരത്തും നിദ്രയിലാണ്ടുകിടന്നു.

നേരത്തെ ഉണർന്ന ചില തെരുവുനായ്ക്കൾ വെറുതെ തിരക്കിട്ട് അങ്ങോട്ടുമിങ്ങോട്ടും പാഞ്ഞുനടന്നു. അവറ്റയുടെ അസ്ഥികൾക്കുമേൽ പാടപോലെ തോലു തൂങ്ങിക്കിടന്നു. തോലിന്നടിയിൽ മാംസം എന്നത് എന്നോ നഷ്ടപ്പെട്ട ഒരു ഓർമത്തുരുമ്പു മാത്രമായിരുന്നു. കാലേക്കൂട്ടി ഉണർന്ന ചാകാറായ പശുക്കൾ ചാണകമിടാൻപോലും കരുത്തില്ലാതെ വിശന്നു ദാഹിച്ച് ദുർബലശബ്ദത്തിൽ മോങ്ങുന്നുണ്ടായിരുന്നു. വൃക്ഷങ്ങളുടെ അസ്ഥിപഞ്ജരങ്ങൾ മൂകമായി കരഞ്ഞു. നിരത്തിന്റെ ടാർചെയ്ത നിലം കൊച്ചുവെളുപ്പാൻകാലത്തും വറചട്ടിപോലെ ചുട്ടുപൊള്ളി നിന്നിരുന്നു. ചുട്ടുപഴുത്ത ടാറിന്നടിയിൽ വരണ്ട് ചുക്കിച്ചുളിഞ്ഞ

ശരീരവുമായി ഭൂമി എന്ന വൃദ്ധ കിടന്നു വിലപിച്ചു.

എല്ലാ വിലാപങ്ങളും കാവേരിയുടെ കാതുകളിൽ വീണു.

അവൾ ആഞ്ഞുനടന്നു. മറ്റു കൂട്ടുകാരികൾക്കുവേണ്ടി അവൾ കാത്തു നിന്നില്ല. ഏറ്റവും ആദ്യം എത്തുക എന്നതായിരുന്നു അവളുടെ ഉദ്ദേശ്യം. മറ്റെല്ലാവരെയുംകാൾ നേരത്തെ ഉണർന്നിരുന്നത് അവളായിരുന്നു. ഉണർന്നുവെന്നു പറയുന്നതത്ര ശരിയാവില്ല. ഉറങ്ങിയിട്ടു വേണ്ടേ ഉണരാൻ? ഉറക്കം നഷ്ടപ്പെട്ടിട്ടു നാളെത്രയായെന്ന് ഓർമയില്ല.

അപ്പൻ കൂർക്കംവലിച്ചുറങ്ങി. അമ്മയും. ഇളയകുട്ടികളും. അപ്പന്റെ ഉറക്കം അവളെ അത്ഭുതപ്പെടുത്തിയില്ല. അത് ഉറക്കമല്ല, മരണമാണ് എന്ന് കാവേരിക്ക് അറിയാമായിരുന്നു. പകലാകെ വെയിലാകെ റിക്ഷ ചവിട്ടിതളർന്ന് ഉണങ്ങി വരണ്ട് മടങ്ങിയെത്തിയാൽ ഉടൻ അപ്പൻ ചെയ്തിരുന്നത് വാങ്ങിക്കൊണ്ടുവന്ന സാധനങ്ങളും ഇത്തിരിചില്ലറയും അമ്മയുടെ മുന്നിലേക്കു വലിച്ചെറിഞ്ഞിട്ട് ഉളിചാണ്ടുംപോലെ പുറത്തേക്ക് പായുകയാണ്. എങ്ങോട്ടാണ് ആ ഓട്ടമെന്ന് കാവേരിക്കറിയാം. തെരുവിന്റെ കിഴക്കേ അറ്റത്ത് അവരുടെ നിരയിലെ അവസാനത്തെ കുടിൽ മുത്തുവിന്റെ കള്ളച്ചാരായക്കടയാണ്. അവിടെ വിൽക്കുന്നത് ചാരായമായിരുന്നില്ല. ചാരായമെന്ന പേരിൽ ഏതോ ഒരു വിഷദ്രാവകം. അതു കോരിക്കുടിച്ച് പുഴുങ്ങിയ വാത്തുമുട്ടയും തിന്ന് തെറി പാടിക്കൊണ്ട് പാതിരാവടുക്കുമ്പോൾ അപ്പൻ തിരിച്ചുവരും. കൈയും കാലും നേരെ നിൽക്കുമെങ്കിൽ ചട്ടിയും കലവും എറിഞ്ഞുടച്ചിട്ട്, അതിന്ന് ആവശ്യമായ മെയ്ക്കരുത്തില്ലെങ്കിൽ ആ പ്രവൃത്തി ചെയ്യാതെ, ഒരു മൂലയിലെവിടെയെങ്കിലും തളർന്നുവീണുറങ്ങും. അല്ല, ചാവും. വീണ്ടും അടുത്ത പുലർകാലത്ത് ഉയിർത്തെഴുന്നേൽക്കും. ഒരു കുടം വെള്ളം കുടിക്കും. അപ്പോൾ വെള്ളം കിട്ടിയില്ലെങ്കിൽ കുടിലിൽ കൊലപാതകം നടക്കുമെന്ന് കാവേരിക്കറിയാം.

അമ്മയും ഇളയത്തുങ്ങളും ഉറങ്ങുകയല്ല, വറുതിയും അരപ്പഷ്ണിയും മൂലമുള്ള തളർച്ചയിൽ വാടിവീണു കിടക്കുകയാണ് എന്നും കാവേരി അറിഞ്ഞിരുന്നു. അവൾക്കു പക്ഷേ, അവരെപ്പോലെ വാടിക്കിടന്നുറങ്ങാൻ കഴിഞ്ഞിരുന്നില്ല. ഭൂമി വരണ്ടു കിടന്നലറി നിലവിളിക്കുകയാണെന്നും വൃക്ഷങ്ങൾ വരണ്ട ചുണ്ടുകൾ നനയ്ക്കാൻ ഉമിനീരുപോലുമില്ലാതെ തേങ്ങുകയാണെന്നും മനുഷ്യർ തൊണ്ടയും അന്നനാളവും കുടലും കരിഞ്ഞ്, വെന്തുരുകി, മരണത്തിന്റെ കറുത്ത മുഖത്തേക്കു നോക്കി, പേടിച്ചുനിൽക്കുകയാണെന്നും സൂര്യൻ ഭൂമിയെയും മരണം സകല ചരാചരങ്ങളെയും ഗ്രസിക്കാനൊരുമ്പെട്ടു നിൽക്കുകയാണെന്നും ഒക്കെ കാവേരി അറിഞ്ഞു. അറിവുകൾ അവളെ നടുക്കി. അറിവുകൾ അവളിൽനിന്ന്

അവളുടെ നിദ്രയെ എടുത്തുകളഞ്ഞു.

നിദ്രയിൽ നിന്ന് തികച്ചും മുക്തയാകയാൽ കാവേരിക്കു മറ്റുള്ളവരെക്കാളൊക്കെ നേരത്തെ കുടിലിൽ നിന്നു പുറപ്പെടാൻ കഴിഞ്ഞിരുന്നു. രാത്രിയുടെ ചെറിയ മണിക്കൂറുകളിൽ ഭൂമിയുടെയും മരങ്ങളുടെയും നായ്ക്കളുടെയും പശുക്കളുടെയും മോങ്ങലുകൾ ശ്രവിച്ചുകൊണ്ട് അവൾ അകലെ വെള്ളം കിട്ടുന്നിടത്തേക്കു നടന്നു. മൂന്നാം തവണ അവൾ വെള്ളവുമായി മടങ്ങുമ്പോൾ മാത്രമേ, ഉണരാനൊരുമ്പെടുന്ന സൂര്യന്റെ കിരണങ്ങൾ കിഴക്കു വെട്ടപ്പെട്ടുതുടങ്ങിയിരുന്നുള്ളൂ. അവൾ നാലാം യാത്ര കഴിഞ്ഞു വരുമ്പോഴേക്കും അമ്മ ഉണർന്ന് കട്ടൻവെള്ളം തിളപ്പിക്കാൻ തുടങ്ങിയിരിക്കും. അപ്പന് കണ്ണുതിരുമ്മി എണീറ്റാലുടനെ ഒരു കുടം വെള്ളം വേണം. അതിൽ പകുതി അയാൾ അത്യാർത്തിയോടെ വായിലേക്കൊഴിച്ചു വിഴുങ്ങുമ്പോൾ 'ഗ്ളും ഗ്ളും' എന്ന ഒച്ച കേൾക്കും. ബാക്കി വെള്ളത്തിൽ കൈകാലുകളും മുഖവും ശരീരവുമൊക്കെ കഴുകിയെന്നുവരുത്തി തിരികെ അടുക്കളയിൽ എത്തുമ്പോഴേക്കും കട്ടൻവെള്ളം കിട്ടിയിരിക്കണം. അതുമാത്രമാണ് അയാൾ വീട്ടിൽനിന്നു കഴിക്കുന്ന ഏക സാധനം. അതു സമയത്തു കിട്ടിയില്ലെങ്കിൽ പിന്നെ കോലാഹലമാണ്.

അപ്പൻ സ്ഥലം വിട്ടുകഴിയുമ്പോൾ പെട്ടെന്നുണ്ടാവുന്ന ശാന്തത ഏറെ നേരം നീണ്ടുനിൽക്കാറില്ല. അപ്പോഴേക്കും കാവേരിയുടെ ഇളയത്തുങ്ങൾ ഉണർന്നുതുടങ്ങും. അവറ്റയുടെ നിലവിളികളും പരാതികളും കേട്ടാലുടനെ അമ്മയ്ക്കു കലിയിളകുകയായി. അവർ തെറിപ്പാട്ടു തുടങ്ങുകയായി. കാവേരി നിലവിളിക്കാറില്ല. പരാതി പറയാറില്ല. പക്ഷേ, അമ്മ തുള്ളിയുറഞ്ഞ് പുലയാട്ടുവിളിക്കുന്നത് അവളെയാണ്. എല്ലാം കേട്ടുകൊണ്ട് സ്വന്തം പണിചെയ്യുകയല്ലാതെ കാവേരി മറുപടി പറയാറില്ല. പകരം പത്തു പറയാൻ അവൾക്ക് അറിയായ്കയല്ല. പകരം പറഞ്ഞിട്ടു പ്രയോജനമൊന്നുമില്ലെന്നും അമ്മയുടെ തെറിപ്പാട്ടിന്റെ ഊറ്റം വർധിപ്പിക്കാനേ അതുപകരിക്കൂ എന്നും അവൾക്കറിയാം. അവൾ മിണ്ടാതിരുന്നാൽ കുറെനേരം ഉച്ചത്തിൽ ശാപവചനങ്ങളും ശകാരങ്ങളും ഛർദിച്ചിട്ട് കലി താനേ അടങ്ങിക്കൊള്ളും.

നഗരം വരണ്ടുകിടക്കുകയായിരുന്നു. വേനൽ അതിന്റെ ദാഹമൊടുങ്ങാത്ത നാവുനീട്ടി, ഒടുവിലത്തെ ജലാംശം വരെ നക്കിത്തുടച്ചുകഴിഞ്ഞിരുന്നു. ഇളകിമറിയുന്ന കടൽത്തിരകളുടെ തീരത്ത് ഒരു ഉഷ്ണഭൂമിപോലെ നഗരം വിണ്ടുവെടിച്ചു കിടന്നു.

പണക്കാർ പണം കൊടുത്തു വെള്ളം വാങ്ങി. വെള്ളമില്ലെങ്കിൽ

പകരം മദ്യം വാങ്ങി കുടിച്ചു. പാൽ ഇല്ലാതായി. പശുക്കളുടെ വരണ്ട മുലകളിൽ ഞെക്കിപ്പിഴിഞ്ഞപ്പോൾ ചോര പൊടിഞ്ഞു. കട്ടിപിടിച്ച വരണ്ട, വൃത്തികെട്ട തോലിന്നടിയിൽ അസ്ഥിക്കൂടുകളുമായി അകിടുവറ്റി വരണ്ട എരുമകൾ നഗരവീഥികളിലൂടെ ഭ്രാന്തെടുത്തമാതിരി പാഞ്ഞുനടന്നു. തളർന്നപ്പോൾ വഴിവക്കത്ത് ചടഞ്ഞുകിടന്ന് ദീനദീനം കരഞ്ഞു. നീലിച്ച അഗ്നിപേടകം പോലെ ആകാശം പൊള്ളിക്കുടുന്നുനിന്നു. തീപെയ്യുന്ന ആകാശത്തിൽ പറന്നലഞ്ഞ പറവകൾ ചിറകുകൾ കരിഞ്ഞ് പിടഞ്ഞുവീണ് ചത്തു.

കാവേരി എല്ലാം കണ്ടു. കാവേരി കരഞ്ഞു.

കുടിലിൽ വന്നവർക്ക് അവൾ വെള്ളം കൊടുത്തു. അവളുടെ കുടിലിൽ മാത്രം വെള്ളത്തിന്ന് ഒരിക്കലും ക്ഷാമമുണ്ടായില്ല. തന്റെ ഉറക്കെമൊഴിയലും നാഴികകളുടെ നടത്തവും നാലാൾക്കു നന്മചെയ്യുന്നു എന്നതിൽ കാവേരി കൃതാർഥയായി.

അവൾ ആൾക്കാർക്കു വെള്ളം കൊടുക്കുന്നത് അമ്മയ്ക്ക് ഇഷ്ടമായിരുന്നില്ല.

"ഒരു പുണ്യവതി!" അവർ അവളെ ശകാരിച്ചു. "നിനക്ക് അഹങ്കാരം ഇത്തിരി കൂടുന്നുണ്ട്. ഇന്നു നിന്റെ തന്തയിങ്ങു വരട്ടെ. ഞാനെല്ലാം പറഞ്ഞുകൊടുക്കും".

അമ്മയ്ക്ക് തനിക്കെതിരെ നിരത്താൻ കുറ്റപത്രങ്ങളൊന്നും ഉണ്ടാവില്ലെന്ന് കാവേരിക്ക് നന്നായി അറിയാമായിരുന്നു.

ഇനി ഉണ്ടെങ്കിൽത്തന്നെ അമ്മ എപ്പോഴാണ് അപ്പനോടു സംസാരിക്കുക? ഒന്നും കേൾക്കാനല്ല, ഒരു മൂലയ്ക്ക് ചുരുണ്ടുകൂടി ഒരു രാത്രി മരിക്കാനാണ് അപ്പൻ കുടിയിലെത്തുക. ചാകുന്നതുവരെ അമ്മയെ ചീത്ത വിളിക്കുകയും ചെയ്യും. എന്തെങ്കിലും ഒന്ന് അങ്ങോട്ട് പറയാൻ ഒരുമ്പെട്ടാൽ തെറിവിളി ഇരട്ടിക്കുകയേയുള്ളൂ. പൊട്ടുന്ന കഞ്ഞിക്കലങ്ങളുടെ എണ്ണം പെരുകുകയേയുള്ളൂ.

"കുടിനീരല്ലേ അമ്മാ? ചോദിച്ചാൽ കൊടുക്കാതിരിക്കുന്നതെങ്ങനെ?" ചിലനേരങ്ങളിൽ കാവേരി സൗമ്യമായി സ്വയം ന്യായീകരിച്ചു.

അപ്പോൾ അമ്മ വീണ്ടും കലിതുള്ളി: "കുടിനീര്! നിന്റമ്മേടെ കുടിനീര്! എന്നെക്കൊണ്ടൊന്നും പറയിപ്പാതിരിക്ക്യാ ഭേദം!"

നേരം പുലർന്നുകഴിഞ്ഞാൽ അമ്മ അടുത്തൊരു വീട്ടിൽ പണിക്കു പോവും. സന്ധ്യയ്ക്കേ മടങ്ങിവരൂ. വീട്ടുകാര്യങ്ങൾ നോക്കേണ്ടതു കാവേരിയാണ്. കമ്പോളത്തിൽ പോയി എന്തെങ്കിലും വാങ്ങിക്കൊണ്ടുവന്ന് വച്ചു വിളമ്പണം. ഉച്ചത്തീറ്റ കഴിഞ്ഞാൽ ഇളയത്തുങ്ങൾ വെളിയിൽ ചാടും.

ചേരിയിലെ മറ്റുകുട്ടികളോടൊപ്പം ചുട്ടവെയിലത്ത് തെരുവിൽ തെണ്ടി ത്തിരിഞ്ഞു നടക്കുകയാണ് അവറ്റയുടെ പണി. വീട്ടുജോലികൾ ഒതു ക്കിക്കഴിഞ്ഞാൽ പനങ്കുലപോലത്തെ മുടി പിന്നിൽ വിടർത്തിയിട്ട്, കൈയിൽ ഒരു ആഴ്ചപ്പതിപ്പുമായി കാവേരി കുടിലിന്റെ പുറംതിണ്ണയിൽ വന്നിരിക്കും. അപ്പോഴാണ് കോളണിയിലെ കൊള്ളാവുന്ന വീടുകളിലെ ചെറുപ്പക്കാർ സൈക്കിളിലും സ്കൂട്ടറിലുമൊക്കെ അവളെ കാണാൻ റോന്തുചുറ്റുന്നത്. അവരെ തീർത്തും അവഗണിക്കുകയാണ് അവളുടെ പതിവ്. ആരെങ്കിലും വന്ന് കുടിനീർ ചോദിച്ചാൽ അവൾ കൊടുക്കും. കുടിനീരല്ല ആവശ്യമെന്നു തോന്നിയാൽ ആട്ടിയിറക്കും. ചിലപ്പോൾ അവ ളോടൊപ്പം അവളുടെ ഒരേയൊരു കൂട്ടുകാരി മീനാക്ഷിയും ഉണ്ടാവും. ചേരിയിലെ പെണ്ണുങ്ങൾ വട്ടംകൂടിയിരുന്ന് പരദൂഷണം പറയുന്ന നേര മാണത്. അവരുടെ കൂട്ടത്തിൽ കാവേരി ഒരിക്കലും കൂടിയിരുന്നില്ല.

ഒരിക്കൽ മീനാക്ഷി അവളോടു ചോദിച്ചു: “നീ ഉറങ്ങാറേയില്ല കാവേരീ?”

കാവേരി ചിരിച്ചു: “ഈ ചൂടിൽ എങ്ങനൊറങ്ങാനാ? ചെലപ്പൊ ഉച്ച തിരിഞ്ഞൊന്നു മയങ്ങും. രാത്രീലിത്തിരി നേരോം”.

“ഈ രാത്രിനേരത്ത് ഒറ്റയ്ക്കു വെള്ളത്തിന്നു പോവാൻ നിനക്കു പേടി യാവില്ലേ?”

കാവേരി അപ്പോഴും ചിരിച്ചു:

“ആരെ പേടിക്കാനാ മീനൂ; ഈ ചൂടിനെ അല്ലാതെ? പേടിക്കാൻ നേര മില്ല. കരച്ചിലു കേൾക്കാനേ നേരമുള്ളൂ”.

“ആരുടെ കരച്ചില്?”

“നീ കേൾക്കുന്നില്ലേ? മനുഷ്യർ കരയുന്നു. മൃഗങ്ങൾ കരയുന്നു. മര ങ്ങൾ കരയുന്നു. കിളികൾ കരയുന്നു. ഭൂമിപോലും കരയുന്നു”.

“പോടീ, നിനക്കു വട്ടാ!” മീനാക്ഷി ചിരിച്ചു.

“എനിക്കു വട്ടല്ല”. കാവേരി പറഞ്ഞു. “ഞാനീ കരച്ചിലെല്ലാം കേൾക്കു ന്നുണ്ട്”.

മീനാക്ഷി പൊട്ടിപ്പൊട്ടി ചിരിച്ചു. കൂട്ടുകാരിയെ കെട്ടിപ്പിടിച്ചു ചിരിച്ചു.

പക്ഷേ, അടുത്ത നാൾ മീനാക്ഷി പൊട്ടിപ്പൊട്ടിക്കരഞ്ഞു. കൂട്ടുകാ രിയെ കെട്ടിപ്പിടിച്ചു കരഞ്ഞു.

“ഇന്നെന്റെ കരച്ചിൽ നീ കേൾക്കുന്നില്ലല്ലോടീ!

എന്റെ കാവേരീ, നീ എന്നോടിതു ചെയ്തല്ലോടീ!” അവളുടെ കര ച്ചിൽ പക്ഷേ, ആരും കേട്ടില്ല.

അതിനെക്കാൾ ഉച്ചത്തിൽ കുടിലിനെ നടുക്കുമാറ്, ചേരിയെ നടുക്കു

മാറ്, തെരുവിനെ നടുക്കുമാറ്, നഗരത്തെ ആകെ നടുക്കുമാറ് ഉച്ചത്തിൽ കാവേരിയുടെ അമ്മ മാറത്തലച്ചു നിലവിളിക്കുകയായിരുന്നു. കാവേരിയുടെ ഇളയത്തുങ്ങളും നിലവിളിക്കുകയായിരുന്നു. കാവേരിയുടെ അപ്പൻ കള്ളച്ചാരായത്തിൻ കരുത്തിൽ കാറുകയായിരുന്നു.

ചുണ്ടിൽ മുറിവുകളും മാറത്തു നഖക്ഷതങ്ങളും മേനിയാകെ ചോരപ്പാടുകളുമായി, വെള്ളം എടുക്കാൻ പോവുന്ന പാതയുടെ ഓരത്തുനിന്നു കണ്ടുകിട്ടിയ കാവേരിയുടെ ജഡം കഴുകി തുണിയിട്ടു മൂടി കുടിലിന്റെ മുറ്റത്തു കിടത്തിയിരുന്നു. അവളുടെ തിളങ്ങുന്ന കണ്ണുകൾ, ആരോ തിരുമ്മിയടച്ച കണ്ണുകൾ, എന്നെന്നേക്കുമായി അടഞ്ഞിരിക്കുകയാണെന്നു വിശ്വസിക്കാൻ മീനാക്ഷിക്കു കഴിഞ്ഞില്ല.

"ഇതാരു ചെയ്തു കാവേരീ? ഏതു ക്രൂരനായ കാപാലികനാണ് നിന്നോടിതു ചെയ്യാൻ തോന്നിയത്? നിന്നോട്. ഇത്ര നല്ലവളായ നിന്നോട്. നീ എന്നോടു പറയൂ കാവേരീ. നിന്റെ മീനാക്ഷിയോടു പറയൂ". അവൾ മൗനമായി അപേക്ഷിച്ചു.

പക്ഷേ മീനാക്ഷിയുടെ കൂട്ടുകാരി മറുപടി പറഞ്ഞില്ല. ആരാണ് അവളെ ആക്രമിച്ചതെന്ന്, ആരാണ് അവളുടെ ചുണ്ടുകടിച്ചു മുറിച്ചതെന്ന്, ആരാണ് അവളുടെ ഉടുതുണി ഉരിഞ്ഞെറിഞ്ഞതെന്ന്, ആരാണ് അവളുടെ കന്യാചർമം ക്രൂരമായി കുത്തിക്കീറിയതെന്ന്, ആരാണ് അവളെ കൊന്നെറിഞ്ഞതെന്ന് അവൾ പറഞ്ഞില്ല. ആ രഹസ്യം അവളോടൊപ്പം മരിച്ചുകിടന്നു.

നഗരത്തിന് അതൊരു പ്രശ്നമായിരുന്നില്ല. നഗരം ചുട്ടുപഴുത്തു നിന്നു. സന്ധ്യ നിന്നെരിഞ്ഞു. തെരുവുകൾ തീ തുപ്പി. മണ്ണ് പുകഞ്ഞുനീറി. ചേരിപ്രദേശങ്ങളിലെ എരുമകളും പശുക്കളും ദുർബലമായി തേങ്ങിക്കരഞ്ഞു. തെരുവുവിളക്കുകൾക്കു ചുവട്ടിൽ വെറളിപിടിച്ച നായ്ക്കൾ മോങ്ങിക്കൊണ്ട് ഓടിനടന്നു. ആകാശം ഒരു വലിയ വറചട്ടിമാതിരി ഭൂമിയെനും അതിന്റെ രഹസ്യങ്ങളെയും നെരിപ്പോടിൽ മൂടിവെച്ചു.

കാവേരിയുടെ ഒഴുക്കു നിലച്ചു.

കാവേരി വരണ്ടു.

കാവേരി വെടിച്ചുകീറി.

കാവേരിയിൽ നിന്ന് ചൂടു പ്രസരിച്ചു. ആ ചൂട് കാവേരിയുടെ കൊലപാതകത്തിന്ന് പകരംവീട്ടാനെന്ന മാതിരി, പിശാചുക്കളെ തിരഞ്ഞുപിടിച്ച് ചുട്ടുതിന്നാനെന്ന മാതിരി, എല്ലാം ചുട്ടെരിക്കാനെന്ന മാതിരി, ആർത്തി പൂണ്ട നാവുനീട്ടി, നഗരമാകെ അലറിയലയാൻ തുടങ്ങി.

******

സൂര്യപ്രകാശം

ആരോ കരഞ്ഞു.

ആരോ അമർത്തി ചിരിച്ചു.

അടക്കിപ്പിടിച്ച ശബ്ദത്തിൽ സംസാരം കേട്ടു.

പിന്നീട് കുറെ നേരം നിശ്ശബ്ദത ആയിരുന്നു. ഇരുട്ടും നിശ്ശബ്ദതയും രാത്രിയുടെ ആത്മാവിൽ അള്ളിപ്പിടിച്ചിരുന്നു.

ഒരു കയറ്റു കട്ടിൽ കിറുകിറുത്തു.

രാത്രിയുടെ നിഗൂഢമായ നിശ്ശബ്ദതയിൽ ആ കിറുകിറുപ്പുകൾ ഇടിമുഴക്കങ്ങൾ ഉണ്ടാക്കി.

കതകിന്റെ വീതി കുറഞ്ഞ വിള്ളലിലൂടെ ഒരു കീറ് വെളിച്ചം നുഴഞ്ഞു കയറിവന്നു.

കട്ടിലിന്റെ ശബ്ദം നിന്നു.

എഴുന്നേൽക്കുന്ന ഒച്ച കേട്ടു. കുളിമുറിയുടെ സിമന്റിട്ട തറയിൽ വെള്ളം വീഴുന്നു.

കതകിന്റെ വിള്ളലിലൂടെ ഇഴഞ്ഞുകയറിയിരുന്ന പ്രകാശം പെട്ടെന്ന് ഇല്ലാതായി.

അപ്പുറത്ത് റോഡിലേയ്ക്കുള്ള വാതിൽ തുറക്കുന്നത് കേട്ടു.

വീണ്ടും മൂകത. വീണ്ടും ഇരുട്ട്.

ഒക്കെ പിളർന്നുകൊണ്ട് ഒരു കുഞ്ഞ് ഉച്ചത്തിൽ നിലവിളിച്ചു. ഒരമ്മ കുഞ്ഞിനോട് ഇംഗ്ലീഷിൽ സ്വകാര്യം പറഞ്ഞു. കുഞ്ഞ് വീണ്ടും കരഞ്ഞു. തെല്ലിട മാത്രം. അതു കഴിഞ്ഞപ്പോൾ കരച്ചിൽ നിന്നു. അമ്മയുടെ മുലക്കണ്ണുകളിൽ കുഞ്ഞ് കടിച്ചു വലിക്കുകയാവണം.

അമ്മ മെല്ലെ, മധുരമായി പാടി.

"യൂ ആർ മൈ സൺ ഷൈൻ......

...."

ആ പാട്ട് ഇഷ്ടമാണ്. ശ്രദ്ധിച്ചു കേട്ടു. തലയിണയ്ക്ക് അടിയിൽ നിന്ന്

ബീഡിയും തീപ്പെട്ടിയും എടുത്തു. ഇരുട്ടിലേക്ക് പുകച്ചുരുളുകൾ ഊതിക്കൊണ്ട് പാട്ടിൽ ലയിച്ച് ഇരുന്നു.

കട്ടിലിൽ കുഞ്ഞിനെ കിടത്തുന്ന ശബ്ദം കേട്ടു.

നീ എന്റെ സൂര്യപ്രകാശമാണ്. സൂര്യപ്രകാശം വിശുദ്ധിയുടെയും സ്നേഹത്തിന്റെയും പ്രതീകമാണ്.

എവിടെ? എവിടെയാണ് ഈ സൂര്യപ്രകാശം മറഞ്ഞിരിക്കുന്നത്?

ചേർത്തടച്ചിരുന്ന കതക് ആരോ തുറക്കുന്നു. വിജാഗിരികൾ അസുഖകരമായ ശബ്ദം ഉണ്ടാക്കുന്നു. ഇരുട്ടിലേക്ക് അടുത്ത മുറിയിലെ ഇരുട്ടിന്റെ വെളിച്ചം കയറി വരുന്നു. അവ്യക്തമായ ഒരു രൂപവും.

അത് ആരാണെന്നറിയാം.

നെറ്റിയിൽ ഒരു തണുത്ത കൈത്തലം മൃദുവായി തലോടി. അത് കവിളിലെ കുറ്റി രോമങ്ങളിലും കഴുത്തിലും തടവി. ആരോ അടുത്ത് കട്ടിലിൽ ഇരുന്നു.

ഒരു കൈ ബീഡി പിടിച്ചു വാങ്ങി എറിഞ്ഞു കളഞ്ഞു.

അടക്കിപ്പിടിച്ച ശബ്ദം ഇംഗ്ലീഷിൽ പറഞ്ഞു:

“പനി വിട്ടിട്ടില്ല. ഉറങ്ങൂ”.

മറുപടി പറഞ്ഞില്ല. പനി വിട്ടിട്ടില്ലെന്ന് അറിയാമായിരുന്നു. ഈ പനി വിട്ടുമാറുമെന്ന് വിചാരമില്ല.

ഒരു ശബ്ദം ശാസിക്കുന്നു:

“എന്തിനാ വെറുതെ വെയിലത്തിറങ്ങി നടന്നത്? ഇവിടെ കിടന്നുകൂടെ? നാളെ ഞാൻ ഈ വാതില് പൂട്ടിയിടുന്നുണ്ട്”.

മറുപടി പറഞ്ഞില്ല.

മലിനജലം ഒഴുകുന്ന ഓടകളും വൃത്തികെട്ട മനുഷ്യരും ദുർഗന്ധവുമുള്ള ഇടുങ്ങിയ തെരുവിലൂടെ വെയിലത്ത് വെറുതെ നടന്നതാണ്. കുതിരച്ചാണകം ചെരിപ്പിൽ പറ്റിപ്പിടിച്ചു. അഴുക്കു മണം മൂക്കിലേക്ക് അടിച്ചു കയറി. എന്നിട്ടും മൊയ്തുവിന്റെ ചായക്കടവരെ നടന്നു.

പലതിനെക്കുറിച്ചും ഓർത്തുകൊണ്ടാണ് നടന്നത്.

ചായ കുടി കഴിഞ്ഞ് മടങ്ങവേ റിക്ഷാക്കാരൻ രാമസ്വാമിയെ കണ്ടു. അയാൾ നീട്ടി വലിച്ചു തൊഴുതു.

രാമസ്വാമിയുടെ റിക്ഷ പഴകി ദ്രവിച്ചതാണ്. ഏതാണ്ട് രാമസ്വാമിയുടെ പ്രായം തന്നെയുണ്ടതിന്. ആ റിക്ഷ സവാരിക്കുള്ളതല്ല.

അങ്ങനെ ചില റിക്ഷകളുണ്ട് ഈ പട്ടണത്തിൽ. ആദ്യം ചിരിച്ചുപോയി.

രാമസ്വാമിയെ പരിചയപ്പെട്ട സംഭവം ഓർത്തുപോവുന്നു.

ഈ മുറിയിലേക്ക് താമസം മാറ്റിയ ദിവസം. ഹോട്ടലിൽ നിന്ന് പെട്ടിയും കിടക്കയും ടാക്സിയിൽ കയറ്റി അടുത്ത റോഡ് വരെ വന്നു. ഈ തെരുവിലേക്ക് ടാക്സിക്കാർ വരില്ല. ഒന്നാമത് ഇടം കഷ്ടിയാണ്. രണ്ടാമത് പേടിയാണത്രേ.

തെരുവും വലിയ റോഡുമായി ചേരുന്നിടത്ത് സിനിമാ തീയറ്ററിനു മുമ്പിൽ ടാക്സിക്കാരൻ ഇറക്കിവിട്ടു.

ഒരു കൂലിക്കാരനെ വേണം.

റിക്ഷയും വലിച്ചുകൊണ്ട് ഒരു മധ്യവയസ്കൻ നടക്കുന്നതു കണ്ടു. ശോഷിച്ച കൈകാലുകൾ ഒരു കാലത്തുണ്ടായിരുന്ന ചോരത്തിളപ്പിന്റെ നിഴൽ വ്യക്തമാക്കിയിരുന്നു.

"എയ് റിക്ഷാ".

അയാൾ അടുത്തുവന്നു.

"ഇതൊന്ന് ഈ തെരുവിന്റെ അങ്ങേയറ്റം വരെ കൊണ്ടുപോകുന്നതിന് എന്തുവേണം?"

രാമസ്വാമി ചിരിച്ചു.

"സാറിവിടെ പുതിയാളാ, ല്ലേ?"

"എന്താ കാര്യം?"

"എന്നാലേ, ഈ റിക്ഷ സവാരിക്കുള്ളതല്ല, ട്ടോ."

എന്നിട്ടയാൾ റിക്ഷയും വലിച്ചുകൊണ്ട് ആ തെരുവിലേക്ക് തിരിഞ്ഞു. അപ്പോൾ ചിരിച്ചുപോയി.

വിഡ്ഢിയാൻ! ഒരുറുപ്പിക ചോദിച്ചെങ്കിലും കൊടുത്തേനെ. അവനു തന്നെ നഷ്ടം.

കുറെ കഴിഞ്ഞ് റിക്ഷാക്കാരൻ തിരിച്ചുവന്നു.

"വീട്ടുനമ്പരെത്രയാ".

"27-ബി".

പെട്ടെന്ന് അയാൾ പെട്ടിയും കിടക്കയും എടുത്ത് റിക്ഷയിൽ വെച്ച് ബഹുമാനത്തോടെ പറഞ്ഞു:

"കടന്നിരിക്കണം സാർ".

പിന്നീടാണ് രാമസ്വാമി വെറും ഒരു റിക്ഷാവലിക്കാരൻ അല്ലെന്ന് അറിഞ്ഞത്.

അപ്പുറത്ത് തെരുവിൽ നിന്നുള്ള കതകിന് ആരോ മുട്ടി.

രാമസ്വാമിയുടെ പരുക്കൻ ശബ്ദം വിളിച്ചു.

"മിസ്സിയമ്മാ".

ഉടലിൽ ചുറ്റിയിരുന്ന നഗ്നമായ, മൃദുലമായ കൈ വലിഞ്ഞു. മെലിഞ്ഞ, തണുത്ത രണ്ടു ചുണ്ടുകൾ നെറ്റിയിൽ ഉമ്മവെച്ചു.

"എന്റെ ഓമനയല്ലേ? ഉറങ്ങ്. ഞാൻ കുറച്ചുകഴിഞ്ഞുവരാം".

സാറ്റിൻതുണി നിലത്ത് ഇഴഞ്ഞു മുരണ്ടു. വിജാഗിരികൾ കരഞ്ഞു. മുറി തികഞ്ഞ ഇരുട്ടിൽ അമർന്നു.

കട്ടിലിൽ നിന്ന് കുഞ്ഞിനെ എടുത്തു മാറ്റുന്ന ശബ്ദം കേട്ടു.

വാതിലിന്റെ വിള്ളലിലൂടെ വെളിച്ചത്തിന്റെ ഒരു ചാല് പ്രത്യക്ഷപ്പെട്ടു.

റബ്ബർചെരിപ്പുകളുടെ നേർത്ത ഒച്ച ഉയർന്നു. അപ്പുറത്ത് തെരുവിലേക്കുള്ള വാതിൽ തുറക്കപ്പെട്ടു.

ഷൂസുകളുടെ ശബ്ദം.

അടക്കിപ്പിടിച്ച സ്വരത്തിൽ സംസാരം നടക്കുന്നു. തെരുവിലേക്കുള്ള വാതിൽ അടഞ്ഞു.

കയറ്റുകട്ടിൽ വീണ്ടും കിറുകിറുത്തു. കട്ടിലിലേക്ക് തൂക്കം കൂടിയ എന്തോ ഒന്ന് വീണെന്ന് തോന്നി.

കട്ടിൽ വല്ലാതെ കുലുങ്ങിക്കരഞ്ഞു.

നീ എന്റെ സൂര്യപ്രകാശമാണ്!

എവിടെ, എവിടെയാണ് സൂര്യപ്രകാശം?

ഇരുട്ടിന്റെ കട്ടി കൂടിക്കൊണ്ടിരുന്നു.

ഇരുട്ടുമൂടിയ പല രാത്രികളിലൂടെ, ഇടുങ്ങിയ ഈ മുറിക്കുള്ളിൽ വച്ച് കാതുകൾ വഴി ആത്മാവിന്റെ ആഴത്തിലേക്കിറങ്ങിയ ഒരു കഥയുടെ വികാസം ഇപ്പോൾ ചിന്തയിൽ പിടിച്ചു വലിച്ച് ഉപദ്രവിക്കുന്നു.

മെഴുകുതിരികൾ എരിയുന്ന അൾത്താരയ്ക്കു ചുറ്റും കുന്തിരിക്കത്തിന്റെ മണം തങ്ങിനിന്നു. വെളുത്ത, വിശുദ്ധമായ പുക നിറഞ്ഞിരുന്നു. പിന്നിൽ ഊക്കൻ കുരിശ്.

അൾത്താരയ്ക്ക് മുമ്പിൽ അവൾ തല കുനിച്ചുനിൽക്കുന്നു. വെള്ള ഫ്രോക്കും വെള്ള ശിരസ്സാടയും അവൾ അണിഞ്ഞിരുന്നു. അടുത്ത് സുന്ദരനായ ഒരു ചെറുപ്പക്കാരൻ.

കൈകൾ കോർത്തു പിടിച്ച്, അവർ പുറത്തേക്കിറങ്ങുന്നതു കണ്ടു. അവളുടെ കൈയിൽ പൂച്ചെണ്ടുകൾ ഉണ്ടായിരുന്നു.

ആ രൂപങ്ങൾ പെട്ടെന്നുനിന്നു. ഏതോ ശാപത്തിന്ന് അധീനമായതു പോലെ അവ നിശ്ചലമായി. ചലനവും പ്രകാശവും നിലച്ചു. ആ രൂപ

ങ്ങൾ ഒരു ചിത്രമായി മാറുന്നു.

അവ ശ്വസിക്കുന്നില്ല. ചലിക്കുന്നില്ല. അവളുടെ പൊട്ടിപ്പൊളിഞ്ഞ സൂട്ട്കേസിന്റെ കീറിപ്പറിഞ്ഞ പോക്കറ്റിൽ മങ്ങിത്തുടങ്ങിയ ആ ചിത്രം മറഞ്ഞിരിക്കുന്നു.

കട്ടിലിന്റെ കിറുകിറുപ്പ് കഴിഞ്ഞു. ഓടിത്തളർന്ന കുതിരയെപ്പോലെ ആരോ കിതച്ചു. കട്ടിലിൽ നിന്ന് ആരോ പിടഞ്ഞെണീറ്റു. മറ്റാരോ കട്ടിലിൽ കിടന്ന് പിടിച്ചുവലിച്ചുവെന്ന് തോന്നി. പിടിയും വലിയും ഉണ്ടായി. കുറെക്കഴിഞ്ഞ് വീണ്ടും നിശ്ശബ്ദതയായി.

കുഞ്ഞ് ഉറക്കെ നിലവിളിച്ചു. ചുമയ്ക്കുകയും ചെയ്തു.

അമ്മ കട്ടിലിൽ നിന്ന് പിടഞ്ഞെണീറ്റു. കുളിമുറിയിൽ വെള്ളം വീഴുന്നതു കേട്ടു. കുഞ്ഞ് കരഞ്ഞുകൊണ്ടിരുന്നു. അവൾ മേനികഴുകാതെ കുഞ്ഞിനെ എടുക്കില്ല.

കുഞ്ഞിന്റെ ചുണ്ടുകളിൽ അമ്മയുടെ മുലക്കണ്ണുകൾ കടന്നിരിക്കും. കരച്ചിൽ നിന്നു. അമ്മ മെല്ലെ പാടി.

"യൂ ആർ മൈ സൺ ഷൈൻ....."

ആരോ കരടിയെപ്പോലെ കൂർക്കം വലിച്ചു.

കുഞ്ഞ് ഉറങ്ങിയപ്പോൾ അവൾ കടന്നുവന്നു.

കട്ടിലിലിരുന്ന്, മാറിലേക്ക് കുനിഞ്ഞുകിടന്ന് ചുണ്ടിനോട് ചുണ്ടുകൾ അടുപ്പിച്ച് അവൾ ചോദിച്ചു.

"എന്താ ഉറങ്ങാത്തത്?"

മറുപടി പറഞ്ഞില്ല.

അവളെക്കുറിച്ച് ഓർക്കുകയായിരുന്നു. മറ്റെല്ലാം മറന്നു ആ നിമിഷത്തിൽ. പലതും ഓർക്കാനുണ്ട്. പക്ഷേ ഒന്നും അവളോളം പ്രധാനമായിരുന്നില്ല.

അവളുടെ കഥ അറിയാമായിരുന്നു.

"എന്താ ഉറങ്ങാത്തത്?"

അവളുടെ കവിളുകളിൽ നിന്ന് ഉപ്പുനീര് ചുണ്ടത്തുവീണു.

"ഉറക്കം വരണില്ല".

"ഉറങ്ങാതിരുന്നാൽ പനി കൂടും".

"ഉം".

"പനി കൂടിയാൽ പണിക്കു പോകുവാൻ പറ്റില്ല".

"ഉം".

"വെറുതെ മൂളിയാൽ പറ്റ്വോ? എങ്ങനെ ജീവിക്കും?"

ചിരിക്കണമെന്നു തോന്നി. ചിരിച്ചില്ല.

വാതിലിന്നപ്പുറത്തുനിന്ന് കൂർക്കം വലിയും കുഞ്ഞിന്റെ ചുമയും കേട്ടു.

"എന്റെ കുഞ്ഞ് വല്ലാതെ ചുമയ്ക്കുന്നു".

മിണ്ടിയില്ല.

"എന്റെ കുഞ്ഞിന് സുഖമില്ല. എന്റെ കുഞ്ഞ് മരിച്ചുപോവും...." ഗദ്ഗദംകൊണ്ട് നിറഞ്ഞിരുന്നു ശബ്ദം.

ബോബ് ചെയ്ത മുടിയിൽ തടവിക്കൊണ്ട് അവളെ സാന്ത്വനപ്പെടുത്തി.

"നിന്റെ കുഞ്ഞിന് ഒന്നും വരില്ല".

പക്ഷേ പിച്ചും പേയും പറയുന്നതു പോലെ അവൾ പറഞ്ഞുകൊണ്ടിരുന്നു.

"എന്റെ കുഞ്ഞ് മരിച്ചുപോവും. എന്റെ കുഞ്ഞ്.... എന്റെ കുഞ്ഞ്...." അവൾ ജീവിക്കുന്നത് കുഞ്ഞിനുവേണ്ടി മാത്രമാണ്. അല്ലെങ്കിൽ അവളുടെ ബെർട്ടി പിരിഞ്ഞതിനുശേഷം അവൾ ഇങ്ങനെ ജീവിക്കുമായിരുന്നില്ല.

വെറും മോട്ടോർ മെക്കാനിക്ക് ആയിരുന്നെങ്കിലും അഭിമാനി ആയിരുന്നു ബെർട്ടി.

ഭീകരമായ ഒരു രാത്രി അവളുടെ ഓർമയിലെ ഏറ്റവും കറുത്ത ഏടാണ്. അതിനെക്കുറിച്ച് അവൾ പറഞ്ഞിട്ടുണ്ട്.

അവൾക്കുവേണ്ടിയാണ് അവൻ പൊരുതിയത്. വെളുത്തു തടിച്ച ഒരു സ്പാനിഷ് സെയിലറുമായി.

അടുത്ത വീട്ടിൽ വ്യഭിചരിക്കുവാൻ വന്നവനായിരുന്നു സെയിലർ. അവൾ അടുത്ത വീട്ടിൽ നിൽക്കുന്നത് കണ്ടിട്ട് അവനു സഹിച്ചില്ല. ബെർട്ടി വന്നപ്പോൾ കണ്ടത് തടിയന്റെ കരവലയത്തിൽ കിടന്നു പിടഞ്ഞു നിലവിളിക്കുന്ന ഭാര്യയെ ആണ്.

പിന്നൊരു പോരാട്ടമായിരുന്നു.

ആൾക്കാർ ഓടിക്കൂടി അവരെ പിടിച്ചുമാറ്റി.

സെയിലറുടെ കൂട്ടുകാർ അയാളെ കപ്പലിലേക്ക് കൂട്ടിക്കൊണ്ടുപോയി.

പിറ്റേദിവസം ബെർട്ടി ചോര ചർദിച്ചു. മൂന്നാം ദിവസം മരിച്ചു.

അടുത്ത മുറിയിൽ കിടന്ന കുഞ്ഞ് ചുമച്ചുണർന്നപ്പോൾ അവൾ എണീറ്റു.

"എന്റെ കുഞ്ഞ്....."

ഇരുട്ടിൽ അവളുടെ നിഴൽ കതക് തുറന്ന് ഇറങ്ങി.

വീണ്ടും ഒറ്റയ്ക്കായപ്പോൾ ചുമയ്ക്കുന്ന കുഞ്ഞിനെ ഓർത്തു. അവനെ അവൾ ഓമനിച്ചു വളർത്തുന്നു. അവനുവേണ്ടി മാനം വെടിഞ്ഞും ജീവിക്കുന്നു.

അവൻ വളരണം!

അവൻ അവളുടെ സൂര്യപ്രകാശമാണ്.

അവൾ വീണ്ടും പാടുന്നതു കേട്ടു. ആ പാട്ടിന്റെ പശ്ചാത്തലത്തിലൂടെ പന്നി മുക്രയിടുന്നതുപോലെ ആരോ കൂർക്കം വലിക്കുന്നുണ്ടായിരുന്നു.

അവളുടെ പാട്ട് കേട്ടുകൊണ്ടങ്ങനെ കിടന്നപ്പോൾ ജീവിതത്തിന്റെ ഏറ്റവും വലിയ സത്യം ദുഃഖമാണെന്ന് തോന്നി.

അമ്മയെക്കുറിച്ച് ഓർത്തു. അമ്മ ഈ സൂര്യപ്രകാശത്തിനായി കാത്തിരുന്നതാണ്. കണ്ണിൽ എണ്ണ ഒഴിച്ച് അമ്മ കാത്തിരുന്നു. ഒടുവിൽ, സൂര്യനുദിക്കുന്നതിനുമുമ്പ് രാത്രിയുടെ തണുത്ത, കറുത്ത കൈകളിൽ കുരുങ്ങിക്കിടന്ന് അമ്മ അന്ത്യശ്വാസം വലിച്ചു.

ഈ സൂര്യൻ ഉദിച്ചില്ല.

അമ്മേ, ഇത് ഉദയമല്ല. ഇരുട്ടിൽ തപ്പിത്തഴഞ്ഞുഴലുന്ന മിന്നാമിനുങ്ങിന്റെ മങ്ങിയ വെളിച്ചമാണ്.

അമ്മയുടെ ജീവിതം ദുഃഖപൂർണമായിരുന്നു.

അമ്മ ദുഃഖമായിരുന്നു.

ഭാഷയുടെയും പ്രദേശത്തിന്റെയും വ്യത്യാസമില്ലാതെ, മനുഷ്യവാസമുള്ള എല്ലാ സ്ഥലങ്ങളിലും, രാത്രിയിൽ വരുന്ന കള്ളനെപ്പോലെ ദുഃഖം അലഞ്ഞുനടക്കുന്നു.

ഉറങ്ങിയത് എപ്പോഴാണെന്ന് അറിഞ്ഞില്ല.

ഉച്ചത്തിലുള്ള അലർച്ച കേട്ടാണ് ഉണർന്നത്. ഞെട്ടിയെണീറ്റ് ലൈറ്റിട്ടു.

അവളുടെ മുറിയിൽ നിന്നാണ്. കെട്ടിടത്തിന്റെ മറ്റുഭാഗങ്ങളിൽ താമസിക്കുന്നവരൊക്കെ ഓടിക്കൂടി. അവരോടൊപ്പം അവളുടെ മുറിയിലേക്കു കടന്നു.

ആരോ ലൈറ്റിട്ടു.

കുഞ്ഞിനെ മാറോടമർത്തിപ്പിടിച്ച്, അവൾ കുനിഞ്ഞുനിൽക്കുന്നു.

നിലത്ത് ചോരതെറിച്ചുകിടന്നു. കയറ്റു കട്ടിലിലെ കിടക്കയിൽ തടിച്ച ഒരു സെയിലർ രക്തത്തിൽ കുളിച്ചു കിടന്നിരുന്നു.

അവൾ തല ഉയർത്തി. അവളുടെ കണ്ണുകളെ നേരിടാൻ ധൈര്യം

പോരാതെ വന്നു. വിളറിവെളുത്ത ആ ചുണ്ടുകൾ ഇന്നലെവരെ ഉമ്മവെച്ചിരുന്നവയാണെന്ന് ഓർക്കാൻ കഴിഞ്ഞില്ല.

ഒരു ഉന്മാദിനിയെപ്പോലെ അവൾ അട്ടഹസിച്ചു.

ഞാനവനെ കൊന്നു. അവന്റെ കൈത്തണ്ടിൽ പണ്ട് ഞാൻ കടിച്ച പാടുണ്ട്. അവൻതന്നെ... അവനെ..."

പൈശാചികമായ നിലവിളി.

******

അലാദിൻ

അപരാഹ്നജ്വാലയിൽ കത്തിനിന്ന നഗരത്തിന്റെ മാറത്തെ തെരുവീഥിയുടെ ഓരത്തെ പാദപാതയിലൂടെ പൊള്ളുന്ന നഗ്നപാദങ്ങളൂന്നി നടക്കവേ, പാർശ്വങ്ങളിലെ ഊക്കൻസൗധങ്ങളിൽ വിശ്രമിക്കുന്ന നഗരസമൃദ്ധികൾ കാണാനോ അവയെക്കുറിച്ച് ഓർക്കാൻപോലുമോ കഴിയാത്ത അവസ്ഥയിലായിരുന്നു അലാദിൻ. അവന്റെ തലയ്ക്കുപിന്നിൽ ഉഗ്രമായ വെയിൽ വന്നടിച്ചു. അവന്റെ മുന്നിൽ, പാതയിൽ, അമർന്നുകിടന്ന അവന്റെ കുറിയ നിഴൽ ചൂടു സഹിക്കാനാവാതെ മൗനമായൊരു തേങ്ങലോടെ ഇഴഞ്ഞു. അവന്റെ വയറ്റിൽ എലികൾ ഓടിനടന്നു. ഓടിനടന്ന എലികൾ കുടലിന്റെ ചുമരുകൾ മാന്തിപ്പൊളിച്ചു. കാലത്ത് വട്ടച്ചട്ടിയിൽ തള്ള പകർന്നുകൊടുത്ത കഞ്ഞിയിലെ അപൂർവം വറ്റുകളും കഞ്ഞിവെള്ളത്തിന്റെ സത്തും എലികൾ നേരത്തേതന്നെ ഭക്ഷിച്ചു കഴിഞ്ഞിരുന്നു.

അലാദിൻ പാതവക്കത്തെ വാട്ടർ ടാപ്പിനടുത്ത് നടത്തം നിറുത്തി. കാതുകൾ ചുരുണ്ടുപൊങ്ങിയ പഴയ പുസ്തകങ്ങൾ നിലത്തുവച്ചു. ടാപ്പ് തുറന്ന് ആർത്തിയോടെ വെള്ളം കുടിച്ചു. കൈകാലുകളും മുഖവും കഴുകി. പിഞ്ഞിയ ഹാഫ്ട്രൗസറിലും കുപ്പായത്തിലും വെള്ളം വീണതു കൂട്ടാക്കിയില്ല. വെള്ളം വയറിൽ നിറഞ്ഞു. വയറിൽക്കിടന്ന് ഓളമടിച്ചു. പുസ്തകങ്ങളെടുത്തു വീണ്ടും നടന്നപ്പോൾ താനൊരു പച്ചത്തേങ്ങമാതിരി കുലുങ്ങുന്ന ശബ്ദം അവൻ കേട്ടു. നിരത്തിൽ വാഹനങ്ങൾ ഇരമ്പിപ്പാഞ്ഞു. വാഹനങ്ങളിൽ വർണശബളമായ വിലപിടിച്ച വസ്ത്രങ്ങളണിഞ്ഞ നഗരം സഞ്ചരിച്ചു. അവൻ നടത്തം കുറേക്കൂടി വേഗത്തിലാക്കി. എത്രയും വേഗം വീട്ടിലെത്തണം. അമ്മ എന്തെങ്കിലും വച്ചുണ്ടാക്കിയിരിക്കും. കപ്പയോ, ചോറോ എന്തെങ്കിലും. വാരിത്തിന്നണം. വാരിവാരിത്തിന്നണം. വയറുനിറയുവോളം തിന്നണം. വീട്ടിലെത്തുമ്പോൾ ഒന്നും ഇല്ലെങ്കിലോ എന്ന ആശങ്ക പെട്ടെന്ന് അവനിൽ ഒരു ഭയമായി

ഉണർന്നു. പക്ഷേ, എന്തെങ്കിലും കാണാതിരിക്കില്ല എന്ന അയുക്തികവും അന്ധവുമായ ഒരു വിശ്വാസത്തിൽ അവൻ ആശങ്കയുണർത്തിയ ഭയത്തെ ചാലിച്ചുകളഞ്ഞു.

നേരത്തെ സ്കൂളിൽ നിന്നൊളിച്ചുപോന്നതിന് അടുത്തദിവസം ടീച്ചർ തന്നെ തല്ലും എന്നോർത്തിട്ടും അവൻ കൂട്ടാക്കിയില്ല. എത്രയും നേരത്തെ ഭക്ഷണം കഴിക്കുക എന്നതാണ് കാര്യം. തല്ല് നാളെയല്ലേ? അപ്പോൾ കാണാം.

ഉച്ചയ്ക്കു മറ്റു കുട്ടികളൊക്കെ ഊണുകഴിക്കാൻ പോയപ്പോൾ ടീച്ചേഴ്സ് റൂമിന്റെ വാതിൽക്കലെ കലത്തിൽ നിന്നു വെള്ളം മുക്കിക്കുടിച്ചിട്ട് അവൻ ക്ലാസ് മുറിയിലെ ഒരു ബഞ്ചിന്മേൽവന്നു കിടക്കുകയായിരുന്നു. ഉച്ചയ്ക്കു ശേഷം മണിയടിച്ചപ്പോഴാണ് എണീറ്റിരുന്നത്. മണിയടികേട്ട് കളിനിറുത്തി കൂട്ടംകൂടി ഓടിവന്ന കൂട്ടുകാരുടെ ബഹളം ടീച്ചർ വന്നപ്പോഴേക്കും നിലച്ചു. ടീച്ചർ ക്ലാസ്സെടുക്കാൻ തുടങ്ങി. അലാദിന് ഒന്നും മനസ്സിലായില്ല. അവന്റെ കണ്ണുകളിൽ ഇരുട്ടായിരുന്നു. അവന്റെ തലച്ചോറ് ഉരുകിയൊലിച്ചുപോയിരുന്നു.

ടീച്ചർ എന്തോ ചോദിച്ചു. അവൻ എണീറ്റില്ല. മിണ്ടിയുമില്ല. അടുത്തിരുന്ന കൂട്ടുകാരൻ കത്തിയുണർത്തിയപ്പോഴാണ് അവൻ പെട്ടെന്ന്, പകച്ച്, എണീറ്റുനിന്നത്.

“പകലൊറക്കമോ? എന്താടോ ഇത്?” ചുണ്ടത്തെ ലിപ്സ്റ്റിക് പടരാതിരിക്കാനാവണം. ചുണ്ടുകൾ വളരെ ശ്രദ്ധയോടെ ചലിപ്പിച്ച് ടീച്ചർ ദേഷ്യപ്പെട്ടു. അലാദിൻ ഒന്നും പറഞ്ഞില്ല.

“എന്തെടോ നാവിറങ്ങിപ്പോയോ?”

കുട്ടികൾ ചിരിച്ചു. തന്റെ തമാശ അവരൊക്കെ ആസ്വദിച്ചതിലുള്ള സംതൃപ്തി ഉണ്ടായിരുന്നു ടീച്ചറുടെ മുഖത്ത്. അലാദിൻ ചിരിച്ചില്ല. കരഞ്ഞില്ല. മിണ്ടിയുമില്ല. നാവിറങ്ങിപ്പോവുക എന്നൊരപകടമുണ്ടെങ്കിൽ തനിക്കതു പിണഞ്ഞിരിക്കുന്നു എന്ന് അവൻ കരുതി.

ക്ലാസ്സീന്നു പുറത്തുപോയി നിൽക്കാൻ ടീച്ചർ അവനോട് ആജ്ഞാപിച്ചു. അവൻ ആജ്ഞയനുസരിച്ച്, കുട്ടികൾ കൂവിവിളിക്കുന്ന ഇരമ്പത്തിന്റെ ഇരുട്ടിലൂടെ ക്ലാസ്സിന്നു പുറത്തിറങ്ങിനിന്നു. പുറത്തിറങ്ങിയപ്പോഴാണോർത്തത്, പുസ്തകം എടുത്തിരുന്നെങ്കിൽ നേരെ വീട്ടിലേക്ക് പോവാമായിരുന്നു. പുസ്തകമില്ലാതെ ചെന്നാൽ അമ്മ തല്ലും. തെറിവിളിക്കും. അതുകൊണ്ട് ആ പീരിയഡ് തീരുന്നതുവരെ കാത്തുനിൽക്കേണ്ടിവന്നു. പീരിയഡ് കഴിഞ്ഞപ്പോൾ ക്ലാസ്സിൽ കടന്നു. പുസ്തകമെടുത്തു. ഇറങ്ങി ഒരൊറ്റ നടത്തം. കൂട്ടുകാർ പറഞ്ഞതൊന്നും കൂട്ടാക്കാതെ

നടന്നു. ടീച്ചേഴ്സോ പ്യൂണോ കാണാതിരിക്കാൻ ശ്രദ്ധിച്ച് സ്കൂൾ കോമ്പൗണ്ടിന്നു പുറത്തിറങ്ങി.

ഈ സ്കൂളിൽപ്പോക്ക് മഹാ ബോറാണെന്ന് അലാദിൻ മനസ്സിലാക്കിയിരുന്നു. പോകുന്നവർക്കേ അതിന്റെ ബുദ്ധിമുട്ടറിയൂ. അമ്മയ്ക്ക് അതു മനസ്സിലാവില്ല. സ്കൂളിൽപോയി, പഠിച്ച്, പാസ്സായെങ്കിലേ വലിയ ഉദ്യോഗം നോക്കി, പൈസയുണ്ടാക്കി പ്രതാപത്തിൽ ജീവിക്കാൻ പറ്റൂ എന്നാണ് അമ്മ പറയുന്നത്. അമ്മയുടെ തെറ്റിദ്ധാരണയാണ്. പഠിച്ച് പാസ്സാകുന്നവരാണോ പ്രതാപത്തിൽ ജീവിക്കുന്നത്? നഗരത്തിലെ ഒന്നാംകിട പണക്കാരനായ ഒന്നരക്കണ്ണൻ കൊച്ചാപ്പു മുതലാളി പള്ളിക്കൂടത്തിന്റെ തിണ്ണ കണ്ടിട്ടില്ലെന്ന് പലരും പറഞ്ഞുകേട്ടിട്ടുണ്ട്. അയാൾ കപ്പലണ്ടിത്തട്ടം തലയിലേറ്റി കച്ചവടം നടത്തിപ്പോന്നതു കണ്ടവർ പലരും ഉണ്ടത്രെ. പള്ളിക്കൂടത്തിൽ പോവാതെയും പണമുണ്ടാക്കാം എന്നതിന്നു തെളിവല്ലേ ഒന്നരക്കണ്ണൻ? വലിയ പരീക്ഷ പാസ്സായ പലരും പണികിട്ടാതെ അലഞ്ഞുതിരിഞ്ഞു നടക്കുന്നുണ്ടെന്നും അലാദിൻ കേട്ടറിഞ്ഞിട്ടുണ്ട്. ശൗരിയാർമൂപ്പൻ വള്ളമൂന്നി, ബദ്ധപ്പെട്ട് മകനെ പഠിപ്പിച്ചു. അന്തോണിച്ചേട്ടൻ പഠിക്കാനും സമർഥനായിരുന്നു. അയാൾ പഠിച്ചു. പാസ്സായി. പണിതേടി അലഞ്ഞു. പണി കിട്ടിയില്ല. ശൗരിയാർമൂപ്പനു വാതം. വള്ള മൂന്നാൻ വയ്യ. വീട്ടിൽ പഷ്ണി. ഡിഗ്രിക്കാരൻ അന്തോണിച്ചേട്ടൻ വീട്ടിന്റെ ഉമ്മറത്ത് കൈയും കെട്ടിയിരുന്നു. അയാൾക്ക് വള്ളമൂന്നു വശമില്ല. അയാൾ വീട്ടിൽ നിന്നിറങ്ങി, നഗരത്തിൽ പണിതേടി അലഞ്ഞു. പണി കിട്ടാതെ, തലയും താഴ്ത്തി തിരിച്ചുവന്ന്, വീണ്ടും ഉമ്മറത്തുകുന്തിച്ചിരുന്നു. മരുന്നും മന്ത്രവുമില്ലാതെ, കഞ്ഞിപോലുമില്ലാതെ, കുടിനീരിറക്കാൻ ശേഷിപോലുമില്ലാതെ കിടന്ന തന്തയുടെ പിരാക്കു കേട്ടുകേട്ട്, ഒടുവിൽ സഹികെട്ടപ്പോൾ അന്തോണിച്ചേട്ടൻ തൂങ്ങിച്ചത്തു. തൂങ്ങിച്ചത്തവനെ അലാദിൻ നേരിട്ടു കണ്ടതാണ്. ഓർത്താൽ ഇപ്പോഴും ഭയം തോന്നുന്ന രൂപം. തുറിച്ച കണ്ണുകൾ പുറത്തേക്കു ചാടിയ തടിച്ച നാക്ക്. ആ രൂപം മറക്കാൻ അലാദിൻ ശ്രമിച്ചു. പഠിച്ചവന്റെ ഗതി അത്.

എന്നിട്ടും അമ്മ പറയുന്നു, പഠിച്ചു മിടുക്കനാവണമെന്ന്. അമ്മയ്ക്കുണ്ടോ വിവരം?

ഇനി പഠിച്ചാൽ മിടുക്കനാവും. എന്നുതന്നെ വാദത്തിനുവേണ്ടി സമ്മതിക്കാം. എങ്ങനെ പഠിക്കും? കീറിപ്പറിഞ്ഞ നിക്കറും ഷർട്ടുമായി സ്കൂളിൽ ചെന്നാൽ കൂടെയുള്ള കുട്ടികൾ പരിഹസിക്കും. അടുത്ത് ഇരുത്തുക പോലുമില്ല. അതുപോട്ടെ, വയറ്റിൽ കാറ്റുപോലുമില്ലാതെ കുത്തിയിരിക്കുമ്പോൾ ടീച്ചർ പറയുന്നതു വല്ലതും തലയിൽ കയറുമോ? തല

ച്ചോറിനെ പിടിച്ചുനിർത്തണമെങ്കിൽ വയറുനിറയ്ക്കാനുള്ള ചോറുവേണം. ടീച്ചറുടെ ശകാരവും തല്ലും സഹിക്കണം. മരത്തലയനെന്ന വിളി കേൾക്കണം. അവർക്കറിയാമോ, വയറു കത്തുന്നവന് തലയേ ഇല്ലെന്ന കാര്യം?

പിന്നെ ഈ നടപ്പ്. വയറ്റിൽ എലികളും കാൽച്ചുവട്ടിലും ചുറ്റിലും ഉഗ്രമായ വേനലും ജ്വലിച്ചുനിൽക്കുന്ന ഈ നടത്തം ഇങ്ങനെ തുടർന്നാൽ അടുത്തേതെങ്കിലും ഒരു ദിവസം അമ്മയുടെ മകൻ ഈ പാതവക്കത്തെവിടെയെങ്കിലും വീണു ചത്തുകൊള്ളും.

പള്ളിക്കൂടവും പഠിത്തവും ഒക്കെ, അമ്മേ, പണക്കാർക്കുള്ളതാണ്.

അടുത്തനിമിഷത്തിൽ, അമ്മ സമീപത്തില്ലെന്നും താൻ ഒരു തെരുവീഥിയുടെ ഓരത്താണെന്നും ഓർത്ത് അലാദിൻ ചിരിച്ചു.

അപ്പോഴാണ് അവന്റെ സമീപത്ത് ഒരു വലിയ കാറ് ഇരമ്പിപ്പാഞ്ഞു വന്നു നിന്നത്. ഒറ്റനോട്ടത്തിൽ ഉഗ്രപ്രതാപിയെന്നു തോന്നിപ്പിക്കുന്ന ഒരാൾ കാറിൽ നിന്നിറങ്ങി. കറുത്ത കണ്ണട, കറുത്ത ഷൂസ്, കറുത്ത കാൽസരായി, കറുത്ത ടൈ, കറുത്ത കോട്ട്, കറുത്ത മീശ. ഷർട്ടും പല്ലുകളും മാത്രം വെള്ള. അയാൾ തന്റെനേരെ നടക്കുന്നതുകണ്ടപ്പോൾ അലാദിനു ഭയത്തേക്കാളേറെ അത്ഭുതവും അവിശ്വാസവുമാണുണ്ടായത്.

അലാദിന് അപരിചിതനായ ആഗതനോട് ബഹുമാനവും അസൂയയും തോന്നി. അയാളുടെ കോട്ടിന്റെ തുമ്പത്ത് ഒന്നുതൊടാൻ അവൻ കൊതിച്ചു. സ്നേഹവും വാത്സല്യവും കിനിയുന്ന ശബ്ദത്തിൽ അയാൾ അവനോടു ചോദിച്ചു: "മോന്റെ പേരെന്താ?"

അത്ഭുതത്തിന്റെ ഞെട്ടലിൽനിന്ന് ബദ്ധപ്പെട്ട് സ്വയം വിമോചിപ്പിച്ച് അവൻ മറുപടി പറഞ്ഞു: "അലാദിൻ".

"ഓ, അലാദിൻ!" അപരിചിതന്റെ ശബ്ദം ഇടറിയിരുന്നു. അയാൾ കണ്ണടയെടുത്തപ്പോൾ കണ്ണുകളിൽ നനവുണ്ടെന്ന് അലാദിൻ കണ്ടു.

അടുത്ത വിസ്മയസ്തബ്ധമായ നിമിഷത്തിൽ അയാൾ അവനെ വാരിപ്പുണർന്നു. അവന്റെ കവിളത്തും കഴുത്തിലുമൊക്കെ ചുംബിച്ചുകൊണ്ട് അയാൾ ഇടറി:

"എന്റെ പൊന്നുമോനേ, നിന്നെ ദൈവമാണെനിക്കു കാണിച്ചുതന്നത്. നിന്നെ കണ്ടപ്പഴേ എനിക്കു സംശയം തോന്നി. എത്ര വർഷമായി കണ്ടിട്ട്! ഞാൻ നാടുവിട്ടുപോവുമ്പൊ നിനക്കൊന്നരവയസ്സാ. മോന്റെ ഷർട്ടും നിക്കറും കീറിയിരിക്കുന്നല്ലോ! കഷ്ടം! ഞാൻ പേർഷ്യയിലും കുവയ്റ്റിലും പണിയെടുത്ത് ലക്ഷക്കണക്കിനുണ്ടാക്കി. എന്നിട്ട് എന്റെ

സ്വന്തം അനന്തരവൻ ഈ പേക്കോലത്തിൽ! എന്റെ പണത്തിനെന്തു വില! കഷ്ടം! നിനക്കെന്നെ ഓർമയുണ്ടോ?"

അയാൾ നിറുത്താതെ സംസാരിച്ചുകൊണ്ടിരിക്കയായിരുന്നു. അലാദിൻ ഓർമയുടെ വഴിത്താരകളിൽ തിരഞ്ഞുനടന്നു. ഇല്ല. ഇങ്ങനെയൊരമ്മാവനെക്കുറിച്ച് അമ്മ പറഞ്ഞുപോലും കേട്ടിട്ടില്ല. എങ്കിലും അവനു സന്തോഷം തോന്നി. എത്ര നല്ല ഒരമ്മാവനെയാണ് തനിക്കു കിട്ടിയിരിക്കുന്നത്! അമ്മാവൻ പണക്കാരനാണ്. അയാൾ തനിക്കു നല്ല നിക്കറും ഷർട്ടും വാങ്ങിത്തരും. ചെരിപ്പു വാങ്ങിത്തരും. അതൊക്കെ അണിഞ്ഞ് സ്കൂളിലേക്കൊന്നു ചെല്ലണം. ഇന്നുവരെ കളിയാക്കിയിരുന്ന കൂട്ടുകാരുടെ മുൻപിൽ തലപൊക്കിപ്പിടിച്ചൊന്നു നടക്കണം. അവനൊക്കെ മൂക്കത്തു വിരൽവയ്ക്കും. കണ്ണുമിഴിക്കും. അമ്മാവന്റെ കാറു കാണുമ്പോൾ അന്തംവിടും. അവൻ സ്വപ്നങ്ങളുടെ വിദൂരാകാശങ്ങളിൽ ഒരു മേഘശകലം പോലെ ഒഴുകിനടക്കവേ.

അമ്മാവന്റെ ശബ്ദം:

"നിന്റമ്മയാണെടാ മോനേ ഈ പാപിയായ അബ്ദുള്ളയെയും വളർത്തിയത്. എന്നിട്ട് നന്ദികെട്ട ഞാൻ ഇതുവരെ നിങ്ങളെ തിരക്കിവന്നില്ല. നിങ്ങളുടെ ഈ കഷ്ടപ്പാടിൽ ഏതായാലും ഇപ്പോഴെങ്കിലും കണ്ടുമുട്ടിയല്ലോ. പടച്ചവന്റെ കൃപ! അമ്മയ്ക്കു സുഖമാണോ?" അയാൾ ഒറ്റ ശ്വാസത്തിൽ പറഞ്ഞു: ഒരു ചോദ്യത്തിൽ നിറുത്തി.

"അതേ". അലാദിൻ കഷ്ടിച്ചു പറഞ്ഞൊപ്പിച്ചു. വാക്കുകളെപ്പോലും അവനിൽ വിസ്മയം തടഞ്ഞുവച്ചിരുന്നു.

"വാ, വാ കാറിൽകേറ്" അയാൾ അവനെ സ്നേഹപൂർവം കെട്ടിപ്പിടിച്ചു കാറിൽ കയറ്റി.

ആ കാറിൽ ഇരുന്നപ്പോൾ താൻ വല്ലാതെ ചെറുതാവുന്നതായി അലാദിനു തോന്നി:

അബ്ദുള്ള എന്ന അമ്മാവൻ വാതോരാതെ സംസാരിച്ചുകൊണ്ടിരുന്നു. നഗരത്തിലെ പ്രധാന വ്യാപാരകേന്ദ്രത്തിൽ കാറുനിർത്താൻ അമ്മാവൻ ഡ്രൈവറോട് ആജ്ഞാപിച്ചു. വണ്ടി നിന്നു.

റെഡിമെയ്ഡ് വസ്ത്രങ്ങൾ വിൽക്കുന്ന ഒരു വലിയ കടയിലേക്ക് അമ്മാവൻ അവനെ നയിച്ചു. അവനു പറ്റുന്ന രണ്ടുജോടി ഡ്രസ്സെടുത്തു. അത് ആ പീടികയിലെ ഏറ്റവും വിലപിടിച്ച ജോടികളായിരുന്നു. അമ്മാവൻ അവന് ഒരുജോടി ഷൂസും നോക്കിവാങ്ങി. അവർ വീണ്ടും കാറിൽ കയറി. കാറ് നഗരത്തിലെ ഏറ്റവും പ്രശസ്തമായ ഹോട്ടലിന്റെ പോർച്ചിൽ ചെന്നുനിന്നു.

അമ്മാവനോടൊപ്പം ഹോട്ടൽമുറിയിലേക്കു നടന്നപ്പോൾ ഹോട്ടൽജോലിക്കാരൊക്കെ അമ്മാവനെ ബഹുമാനപൂർവം അഭിവാദ്യം ചെയ്യുന്നത് അലാദിൻ ശ്രദ്ധിച്ചു. അവന് അഭിമാനം തോന്നി.

ഹോട്ടൽമുറി അലാദിൻ കണ്ടിട്ടുള്ള ഏറ്റവും മനോഹരവും ആഡംബരപൂർവവുമായ ഇടമായിരുന്നു. അമ്മാവൻ കുളിമുറി കാട്ടിക്കൊടുത്തു കുളിച്ചു ഡ്രസ്സുമാറി വരാൻ പറഞ്ഞു. അവൻ കുളിച്ചു ഡ്രസ്സുമാറി. നിലക്കണ്ണാടിക്കു മുൻപിൽ നിന്നപ്പോൾ കണ്ണാടിയിൽ കണ്ട സുമുഖനും പ്രത്യക്ഷത്തിൽ ധനികനും അപരിചിതനുമായ ബാലനോട് അലാദിന് അസൂയ തോന്നി. തിരികെ മുറിയിൽ വന്നപ്പോൾ അമ്മാവൻ എന്തോ ഒരു ദ്രാവകം കുപ്പിയിൽനിന്ന് ഗ്ലാസിൽ പകർന്നു കുടിക്കുകയായിരുന്നു. അലാദിൻ കൗതുകത്തോടെ കുപ്പിയുടെ അടുത്തുചെന്ന് വായിച്ചു: വാറ്റ് 69: സ്കോച്ച് വിസ്കി. അമ്മാവൻ ചിരിച്ചു.

“അതു കുട്ടികൾക്കുള്ളതല്ല. ഇതാണു കുട്ടികൾക്ക്”.

അമ്മാവൻ അലമാര തുറന്ന് ഒരു ടിന്നിൽനിന്ന് ചോക്കലേറ്റുകൾ എടുത്ത് അവന് കൊടുത്തു. അമ്മാവൻ തന്നെയാണ് സോക്സും ഷൂസും അണിയിച്ചത്. അവൻ പിന്നെയും നിലക്കണ്ണാടിക്കു മുൻപിൽ ചെന്നുനിന്നു. അവിടെനിന്നു മാറാൻ അവനു മനസ്സുവന്നില്ല. അമ്മാവൻ വിസ്കി കുടിക്കുകയും സിഗരറ്റു വലിക്കുകയും ചെയ്തു. ഇടയ്ക്കിടെ അവനോടു സംസാരിച്ചു.

അപ്പോഴാണ് ഹോട്ടലിലെ വെയ്റ്റർ ഭക്ഷണം കൊണ്ടുവന്നത്. കോഴിയിറച്ചിയും റൊട്ടിയും. അതെല്ലാം ഒന്നിച്ചു വാരിത്തിന്നാനുള്ള ആർത്തി അവനിൽ ആളിയിരുന്നെങ്കിലും അമ്മാവന്റെ മുൻപിൽ മോശക്കാരനാവരുതെന്നു കരുതി ആർത്തി പുറത്തു പ്രകടിപ്പിക്കാതെ, തികഞ്ഞ സംയമനത്തോടെ, അലാദിൻ ഭക്ഷണം കഴിക്കാൻ തുടങ്ങി. അമ്മാവൻ നേരത്തേ ഊണു കഴിച്ചുകഴിഞ്ഞിരുന്നു. അയാൾ അടുത്തിരുന്ന് അവനു വിളമ്പിക്കൊടുത്തു. കൂടുതൽ കഴിക്കാൻ പ്രേരിപ്പിച്ചു.

ഭക്ഷണം കഴിഞ്ഞ് കൈകഴുകി കണ്ണാടി നോക്കി വന്നപ്പോൾ അമ്മാവൻ കോട്ടും സൂട്ടുമൊക്കെ അഴിച്ച് ലുങ്കിയുടുത്ത് കിടക്കയിന്മേൽ കിടക്കുന്നതു കണ്ടു.

“ഇത്തിരി വിശ്രമിക്കാം”. അമ്മാവൻ പറഞ്ഞു.

“നീയും കിടന്നോളൂ”.

“എനിക്കുറക്കം വരുന്നില്ല”.

“എന്നാൽ ശരി. ഞാനൊന്നു മയങ്ങാം”.

അലാദിൻ മേശപ്പുറത്തു കിടന്ന ഇംഗ്ലീഷ് മാസികകളുടെ ചിത്രപേ

ജുകൾ മറിച്ചുകൊണ്ടു സന്തുഷ്ടനായി ഇരുന്നു.

അമ്മാവൻ ഉണർന്നു. കളിച്ചു. അവരൊന്നിച്ചു ചായ കഴിച്ചു. ഡ്രസ്സ് ചെയ്തിട്ട് അമ്മാവൻ പറഞ്ഞു:

"ഇനി നമുക്കൊരു സവാരി പോവാം".

അവരൊന്നിച്ചിറങ്ങി. കാറിൽ കയറി. കാറു നീങ്ങിയപ്പോൾ തന്റെ കൂട്ടുകാരാരെങ്കിലും തന്നെ വഴിക്കു കണ്ടിരുന്നെങ്കിൽ എന്ന് അലാദിൻ കൊതിച്ചു.

കാറ് നഗരംവിട്ടു നീങ്ങിയപ്പോൾ, മയങ്ങുന്ന സന്ധ്യയുടെ സൗന്ദര്യത്തിൽ മയങ്ങിവരുന്ന അലാദിൻ പെട്ടെന്ന് അമ്മയെ ഓർത്തു:

"നമ്മളെവിടെ പോവ്വാ, അമ്മാവാ?"

"ചുമ്മാ ഒരു സർക്കീട്ട്".

"അമ്മ എന്നെ കാണാതെ വിഷമിക്കും".

"സാരമില്ല. നമുക്കു താമസിയാതെ തിരിച്ചുപോരാം. ഇത്തിരി ഇരുട്ടിയാലും കുഴപ്പമില്ല. നമ്മളൊന്നിച്ചല്ലേ ചെല്ലുന്നത് ? അതുകൊണ്ട് അമ്മ മോനെ വഴക്കൊന്നും പറയില്ല. അതോർത്തു വിഷമിക്കേണ്ട". അമ്മാവൻ അലാദിനു ധൈര്യം പകർന്നുകൊടുത്തു.

യാത്ര തുടർന്നു. പടിഞ്ഞാറ് ഇരമ്പുന്ന കടൽത്തിരകൾക്കുമേൽ അന്തിത്തുടുപ്പാർന്ന ആകാശം. അന്തിക്കുളിരേന്തുന്ന സുഖദമായ കാറ്റ്. യാത്ര വളരെ സുഖകരമായ ഒരു അപൂർവാനുഭവമായിരുന്നു അലാദിനെ സംബന്ധിച്ചേടത്തോളം.

അന്തിച്ചുവപ്പു മങ്ങി. ആകാശം രാത്രിയുടെ നേർത്ത ആദ്യനിഴലുകളിൽ മുങ്ങി. വിജനമായ നിരത്തും നിരത്തിന്നിരുപുറവുമുള്ള താരതമ്യേന ഒഴിഞ്ഞ പരപ്പുകളും ഇരുട്ടിന്റെ മങ്ങിയ വെളിച്ചത്തിൽ ഒരു ചിത്രംമാതിരി ഉണ്ടായിരുന്നു.

വിജനപ്രദേശത്ത് നിരത്തു കടലിനോടടുത്തു നീങ്ങുന്ന ഒരിടത്തു കാർ നിർത്തുവാൻ അബ്ദുള്ളയമ്മാവൻ കല്പിച്ചു. കാറുനിന്നു.

അവിടെ കാറു നിർത്തിയതെന്തിനാണെന്ന് അതിശയിച്ചിരിക്കുകയായിരുന്നു അലാദിൻ.

"വരൂ". അമ്മാവൻ അവന്റെ കൈപിടിച്ചു. അവരൊന്നിച്ചു പുറത്തിറങ്ങി. "നമുക്കീ കടൽത്തീരത്ത് ഇത്തിരി നടക്കാം. നല്ല സുഖമായിരിക്കും".

നേർത്ത വെളിച്ചമുള്ള രാത്രിയുടെ പ്രാരംഭയാമങ്ങളിൽ വിജനമായ തീരത്തു കുളിർകാറ്റു കുടിച്ചുനടക്കുക എന്ന സുഖകരമായ അനുഭവം അലാദിനിൽ ഉണർന്ന ശങ്കകളെ അമർത്തിവച്ചു.

ഇരുവരും കൈകോർത്തു മണപ്പുറത്തു നടക്കവേ, അമ്മാവൻ അവരുടെ സമൃദ്ധമായ ഭാവിജീവിതത്തെക്കുറിച്ചും അലാദിന്റെ വിദ്യാഭ്യാസത്തെക്കുറിച്ചുമൊക്കെ നിറപ്പകിട്ടുള്ള വാങ്മയചിത്രങ്ങൾ വരയ്ക്കുകയായിരുന്നു. അയാളുടെ വാക്കുകളുടെ ലഹരി അലാദിനെ പൂർണമായി കീഴ്പ്പെടുത്തിയിരുന്നു.

കുറേ നടന്നിട്ടു മണൽപ്പുറം വിട്ടൊരു തെങ്ങിൻതോപ്പിലേക്ക് അവർ കടന്നു. ഉയരം കുറഞ്ഞ തൈത്തെങ്ങുകളുടെ ഓലകൾ കാറ്റിൽ സംഗീതമുതിർത്തിരുന്നു. മണല്പരപ്പിന്റെ തെളിച്ചത്തിൽ നിന്ന് തെങ്ങിൻതോപ്പിന്റെ ഇരുട്ടിലേക്കു കടന്നപ്പോൾ അലാദിൻ അമ്മാവന്റെ കൈയിൽ മുറുകെപ്പിടിച്ചു. അമ്മാവന്റെ ലക്ഷ്യമെന്താണെന്നു സംശയപൂർവം ആലോചിച്ചുനിൽക്കവേ അലാദിന്റെ കാതുകളിൽ അമ്മാവന്റെ ശബ്ദം വന്നു പതിച്ചു:

“മോനേ, നമ്മൾ ഇവിടെ വന്നതു വെറുതെയല്ല. നമുക്കു വലിയ ഭാഗ്യം കൈവരാൻ പോവുന്നു”.

അപ്പോഴേക്കും അവർ തെങ്ങിൻതോപ്പിനു നടുവിലെത്തിയിരുന്നു. അമ്മാവൻ നിന്നു. അയാൾ തീപ്പെട്ടി ഉരച്ചു സ്ഥലപരിശോധന നടത്തി. തീപ്പെട്ടിക്കൊള്ളിയുടെ വെളിച്ചത്തിൽ അപ്പോൾ കാണായി ഒരു ചെറിയ കോൺക്രീറ്റ് സ്ലാബ്. തീപ്പെട്ടിക്കൊള്ളിയുടെ വെളിച്ചത്തിൽ അമ്മാവന്റെ കണ്ണുകൾ ആഹ്ലാദംകൊണ്ടു തിളങ്ങുന്നത് അലാദിൻ കണ്ടു.

“മോൻ ഈ തീപ്പെട്ടി ഉരയ്ക്ക്”. അയാൾ പറഞ്ഞു.

അലാദിൻ സംശയത്തോടെ, ലേശം ഭയത്തോടെയും, തീപ്പെട്ടി ഉരച്ചു. ആ വെളിച്ചത്തിൽ അമ്മാവൻ സ്ലാബിന്മേലുള്ള ഒരു കൊളുത്തിന്മേൽ ഊക്കോടെ പിടിച്ചു വലിച്ച് സ്ലാബ് മാറ്റി. അവിടെ ചതുരാകൃതിയിലുള്ള ഒരു കിണർ പ്രത്യക്ഷപ്പെട്ടു.

അമ്മാവൻ പറഞ്ഞു : “നീ ഇതിനുള്ളിലിറങ്ങണം. താഴോട്ട് പടികളാണ്. എനിക്കിറങ്ങാൻ പറ്റില്ല. അത്ര ചെറിയ പടികളാണ്. ഇറങ്ങിച്ചെല്ലുമ്പോൾ ഒരു മുറിയിലെത്തും. അവിടെ ഒരു ചെറിയ നിലവിളക്ക് ഇരിക്കുന്നുണ്ടാവും. അതെടുത്തുകൊണ്ടുവരണം. അതു കൈയിൽ കിട്ടിയാൽ നമുക്കു ലോകത്തെ ഏറ്റവും വലിയ ധനികരാവാം. പ്രതാപത്തിൽ ജീവിക്കാം”.

അലാദിൻ ശ്രദ്ധിച്ചു കേട്ടു. അവനിൽ ആഹ്ലാദത്തോടൊപ്പം ഭയവും ഉണർന്നു.

അമ്മാവൻ തുടർന്നു: പേടിക്കാനൊന്നുമില്ല. ഇതാ ഒരു മോതിരം”. അമ്മാവൻ പോക്കറ്റിൽനിന്ന് ഒരു ഡപ്പി എടുത്തു. “ഈ ഡപ്പിയിലുണ്ട്

മോതിരം. നീ ഇറങ്ങിയിട്ടേ ഡപ്പി തുറക്കാവൂ. മോതിരം ഇരുട്ടത്തു പുറത്തെടുത്താൽ ഉഗ്രമായി പ്രകാശിക്കും. അതൊരു കൊച്ചു ടോർച്ചുപോലെ ഉപയോഗിച്ച് പടികളിറങ്ങാം. വിളക്കെടുത്തു തിരികെ വരാം. ഈ മോതിരം അത്ഭുതസിദ്ധികളുള്ളതാണ്. അതിൽ തിരുമ്മിയാൽ വിചാരിക്കുന്ന കാര്യം നടക്കുകയും ചെയ്യും. ഉം, ഇനി ഇറങ്ങിക്കോളൂ. ഞാനിവിടെ കാത്തുനിൽക്കാം. വാ, ഞാൻ നിന്നെ എടുത്തിറക്കാം. ആദ്യം പടി തുടങ്ങുന്നിടം നാലടി താഴെയാണ്. വാ".

ഭയവും ആശങ്കയും അമർത്തിക്കൊണ്ട് അലാദിൻ അടുത്തുചെന്നു. അമ്മാവൻ അവനെ എടുത്തിറക്കി. നാലടി താഴ്ചയിൽ സിമന്റിന്മേൽ കാലുപതിഞ്ഞു. അമ്മാവന്റെ ശബ്ദം മുകളിൽനിന്നു വന്നു: "ഞാനീ സ്ലാബ് മുക്കാലും മൂടുകയാണ്. അല്ലെങ്കിൽ മോതിരത്തിന്റെ വെളിച്ചം വല്ലാതെ പുറത്തേക്കുവരും".

അവന്റെ മുകളിൽ സ്ലാബ് മൂടപ്പെട്ടു. അലാദിൻ ഇരുട്ടിലായി. പക്ഷേ, ഒരു മൂലയ്ക്കൽ ത്രികോണാകൃതിയിൽ അവൻ നിശാവ്യോമം കണ്ടു.

"ഉം. പേടിക്കണ്ട, ഡപ്പി തുറന്ന് മോതിരം കൈയിലിട്ടോളൂ. എന്നിട്ട് നടന്നിറങ്ങിക്കോളൂ".

അലാദിൻ ഡപ്പി തുറന്നപ്പോൾ ചുറ്റിലും പ്രകാശം നിറഞ്ഞു. അവന് അത്ഭുതം തോന്നി. ആ പ്രകാശത്തിൽ താഴേക്കിറങ്ങുന്ന പടികൾ കണ്ട് അവൻ പടിയിറങ്ങി. അമ്മാവൻ പറഞ്ഞമാതിരി ഒരു അറയിൽ ചെന്നു. കൽച്ചുമരുകളുള്ള ഒരു ചെറിയ അറ. അറയിൽ നിലവിളക്കല്ലാതെ മറ്റൊന്നും ഉണ്ടായിരുന്നില്ല. അവൻ വിളക്കെടുത്തു. തിരികെ പടികൾ കയറി.

"അമ്മാവാ!" അവൻ വിളിച്ചു.

"കിട്ടിയോ വിളക്ക്?" പുറത്തുനിന്നു ചോദ്യം.

"ഉവ്വ്".

പെട്ടെന്ന് അമ്മാവന്റെ ശബ്ദം ഉൽക്കണ്ഠാകുലമായി:

"മോനെ, ആ വിളക്കിങ്ങോട്ടു തന്നിട്ട് മോതിരം പെട്ടെന്ന് ഡപ്പിയിലാക്കിക്കോളൂ. ദൂരെനിന്ന് ആരോ വരുന്നതുപോലെ തോന്നുന്നു".

"ഇതാ". അലാദിൻ വിളക്കുനീട്ടി. അമ്മാവന്റെ കൈ വിളക്കു വാങ്ങി.

"മോതിരം ഡപ്പിയിലാക്കൂ. എന്നിട്ടുവേണം സ്ലാബ് നീക്കി നിന്നെ കയറ്റാൻ". അമ്മാവന്റെ ശബ്ദം.

അലാദിൻ മോതിരം ഡപ്പിയിലാക്കി. പൂർണമായ ഇരുട്ട്. സ്ലാബ് ചലിക്കുന്നത് കേട്ട് അവൻ മുകളിലേക്കു നോക്കി. മൂലയിലൂടെ നേരത്തെ ലഭിച്ചിരുന്ന ത്രികോണാകൃതിയിലുള്ള നിശാവ്യോമദൃശ്യം തനിക്കു നഷ്ട

പ്പെട്ടിരിക്കുന്നതായി അലാദിൻ അറിഞ്ഞു. താൻ ഇരുട്ടറയിലാണ്. മുകളിൽ സ്ലാബ് മൂടിനിന്നിരുന്നു.

സ്ലാബ് തലകൊണ്ടും കൈകൾകൊണ്ടും തള്ളി. അനങ്ങുന്നില്ല.

“അമ്മാവാ അമ്മാവാ!” അവൻ വിളിച്ചു. മറുപടിയില്ല. അവൻ ഉച്ചത്തിൽ അലറി. നിലവിളിച്ചു. കൂക്കി വിളിച്ചു. മറുപടിയില്ല. അവൻ ഡപ്പി തുറന്നു. മോതിരം പുറത്തെടുത്തു. അറയിൽ വെളിച്ചം നിറഞ്ഞു. അവൻ നോക്കി. മുകളിൽ കോൺക്രീറ്റ് സ്ലാബ്. മൂന്നുവശം കരിങ്കൽച്ചുമരുകൾ. ഒരുവശം കല്പടവുകൾ. ഇറങ്ങിച്ചെന്നപ്പോൾ നേരത്തെ കണ്ട അറ. കൽച്ചുമരുകളുള്ള ഏകാന്തമായ, ഭീതിദമായ, നിശ്ശൂന്യമായ അറ.

അലാദിൻ പടികയറി മുകളിൽ വന്നു. പിന്നെ ഇറങ്ങി. ഭ്രാന്തുപിടിച്ച മാതിരി അവൻ അലറിക്കൊണ്ടേയിരുന്നു.

പെട്ടെന്ന് അവൻ ഓർത്തു: മോതിരം തിരുമ്മി ആഗ്രഹിച്ചാൽ ആഗ്രഹിക്കുന്നതു നടക്കും. അവൻ മോതിരം തിരുമ്മി. ആഗ്രഹിച്ചു: എനിക്കു വീട്ടിലെത്തണം.

ഒന്നും സംഭവിച്ചില്ല.

അവൻ ഭയന്നു വിറച്ചു. തനിക്കപകടം പിണഞ്ഞിരിക്കുന്നുവെന്നും താൻ വഞ്ചിക്കപ്പെട്ടിരിക്കുന്നുവെന്നും ഈ കെണിയിൽനിന്നും രക്ഷപ്പെടാൻ തനിക്കാവില്ലെന്നും അറിഞ്ഞു. ആ അറിവുണർത്തിയ ഉൽക്കടമായ ഭയത്തിലമർന്ന് അവൻ തരിച്ചിരുന്നു.

ക്രമേണ മോതിരക്കല്ലിന്റെ വെളിച്ചം കുറഞ്ഞു. കുറഞ്ഞുകുറഞ്ഞ് അതില്ലാതായപ്പോഴേക്കും കൽച്ചുമരുകൾക്കിടയിൽ അറയുടെ നിത്യനിശയിൽ കരഞ്ഞുതളർന്ന്, അലറിത്തളർന്ന്, കൽച്ചുമരുകളിൽ തല്ലിത്തളർന്ന് അലാദിൻ വീണുകഴിഞ്ഞിരുന്നു. അറയ്ക്കുള്ളിലെ ശബ്ദരഹിതമായ അന്ധകാരം അവന്റെമേൽ ചൂഴ്ന്നുനിന്നു.

അബോധങ്ങളിൽ തന്നെ രക്ഷപ്പെടുത്താനെത്തുന്ന വിദൂര വിസ്മയത്തെക്കുറിച്ചുള്ള പ്രതീക്ഷകളുമായി ഇരുട്ടറയിൽ അലാദിൻ കിടക്കുന്നു.

******

കച്ചവടം

കറമ്പിപ്പശുവിനെ അഴിച്ച് എരുത്തിലിലേക്ക് മാറ്റിക്കെട്ടി. മുറ്റത്ത് കിടന്ന കശുമാവിൻ വിറക് പെറുക്കി ചായ്പിൽ കൂട്ടി. ഉണങ്ങാനിട്ടിരുന്ന ഒറ്റമുണ്ടെടുത്ത് വരാന്തയിൽ കിടന്ന പഴയ കയറ്റുകട്ടിലിന്മേലേക്ക് എറിഞ്ഞിട്ട് ഓടി ഇറയത്ത് കയറി.

"കലികാലം! അതിന്ന് പെയ്യാൻ കണ്ടൊരു നേരേ...."

ഇത്തിരി ഉച്ചത്തിലായിപ്പോയി പ്രാകിയത്. ഗൗരി കേട്ടു. അതാ വന്നില്ലേ ഒച്ചയിട്ടും കൊണ്ട്!

"ങ്ങാ, പ്രാകിക്കോളിൻ. വെറുതെയല്ല, കലികാലമാന്ന് പറേണത്. ഒന്ന് ചാറാന്തൊടങ്ങിയപ്പോഴേക്കും തൊടങ്ങി പ്രാക്ക്. ഒണങ്ങിയത് പോരാരിക്കും. ഇടവമിന്നെത്രയായി? ഭഗവാനേ, ഇങ്ങോരോട് ക്ഷമിക്കണേ..."

അവൾ പറയുന്നതിലും കാര്യമുണ്ട്. ഇടവമാസം ഇന്ന് പതിനേഴായി. മുമ്പൊരിക്കലും മഴ ഇത്ര വൈകിയിട്ടില്ല. ഇത്തവണ ഒന്നോ രണ്ടോ ചാറിയിട്ടേ ഉള്ളൂ. ഒരൊറ്റ കിണറിൽ വെള്ളമില്ല. കൃഷികാര്യങ്ങളൊക്കെ മുടങ്ങി കിടക്കുന്നു. എന്നാലും ദേഷ്യം വരാതിരിക്കുന്നത് എങ്ങനെയാണ്? ആ വിറകൊന്ന് ഉണങ്ങിക്കിട്ടിയില്ലെങ്കിൽ വയ്പ് നടക്കില്ല. മുണ്ട് ഉണങ്ങിയിട്ട് വേണം ചന്തയ്ക്ക് പോവാൻ. കൊച്ചുനീലകണ്ഠനെ കൊണ്ട് ആ തേങ്ങ ഇടീച്ചു വച്ചിട്ട് ദിവസങ്ങൾ പലതായി. അത് വിറ്റ് കാശാക്കിയില്ലെങ്കിൽ ചില്ലറ ചിലവിന് എവിടെ പോവും?

"നിയ്യെന്റെ മെക്കിട്ട് കേറണതെന്തിനാ? ആ മുണ്ടൊണങ്ങിയില്ലെങ്കിലേ തേങ്ങാക്കച്ചവടം നടക്കൂല്ല".

"ഞാനൊന്നും പറഞ്ഞില്ലപ്പാ. നിങ്ങള് കച്ചോടം നടത്തിൻ. മനിഷേരൊണങ്ങി ചാവട്ട്".

ഗൗരി ഒന്നടങ്ങി. അവൾ അടുക്കളയിലേക്കുപോയി.

ഭഗവാൻ കടാക്ഷിച്ചതാണ്. അല്ലെങ്കിൽ ഗൗരിക്ക് ഈ പ്രസംഗം നിർത്താൻ തോന്നുമോ? ഗൗരി ഏറെ താമസിയാതെ മടങ്ങിവന്നു. ഒരു തോർത്തുമുണ്ടുമായിട്ടാണ് വന്നത്.

"ഇന്നാ. തലയൊന്ന് തൊടയ്ക്ക്".

സ്നേഹത്തിലാണല്ലൊ. എന്താണോ ആവോ മനസ്സിൽ ഇരിപ്പ്? തോർത്ത് വാങ്ങി തല തുടച്ചു.

കാറ്റ് ആഞ്ഞടിക്കുന്നു. മഴ വലുതായിട്ടില്ല.

"ഈ മഴേം കാറ്റ് കൊണ്ട് പോയ്ത് തന്നെ". ഗൗരി പരാതി പറഞ്ഞു. "നിങ്ങടെയൊക്കെ പ്രാക്ക് കേട്ടാൽ പിന്നെങ്ങനെ പെയ്യും?"

"പിന്നെ, പിന്നെ! വരുണഭഗവാൻ നമ്മള് പറേണത് കേക്കാൻ ചെവീം കൂർപ്പിച്ചിരിക്കല്യോ?" കുലുങ്ങി ചിരിച്ചുകൊണ്ടാണ് പറഞ്ഞത്.

"ചിരിച്ചോളിൻ. ഈ ചിരിയെപ്പഴും കാണണമെന്നു മാത്രം"

"ഞാൻ എന്നെങ്കിലും കരഞ്ഞു നീ കണ്ടിട്ടൊണ്ടോ? ഇത്രേം നാളായല്ലോ. ഒന്നു പറ. ഇങ്ങോട്ട് നോക്ക്". ഗൗരിയുടെ താടിക്ക് പിടിച്ചു തിരിച്ച് മുഖത്തേക്ക് നോക്കി വീണ്ടും ചിരിച്ചു.

അവൾ മുഖം വെട്ടിത്തിരിച്ചു. ലജ്ജ പോലെ എന്തോ ഒന്ന് മുഖത്ത് തെളിഞ്ഞു. മറഞ്ഞു.

"അല്ലേ! ഇങ്ങേർക്ക് ശൃംഗരിക്കാൻ കണ്ടൊരു നേരം! മര്യാദക്കിരുന്നോണം. മൂക്കിൽ കൂടെ പല്ലെറങ്ങിയല്ലോ".

"നിനക്ക് പിന്നെന്നും പതിനെട്ടായിരിക്കും?"

"ഞാൻ കൊഞ്ചാനും കൊഴയാനും വന്നില്ലല്ലോ".

"ഓ പിന്നെ–"

"ദേ, അടങ്ങി അവ്ടെങ്ങാനും ഇരന്നോണം". തെല്ലിട മിണ്ടാതിരുന്നിട്ട് ഗൗരി തുടർന്നു: "ങ്ങാ പിന്നെ! തേങ്ങാക്കച്ചോടത്തിന്റെ കാര്യമങ്ങ് മറന്നോ? മഴയോ ഇല്ല. എന്നാലതെങ്കിലും ചന്തേക്കൊണ്ടു കൊടുക്കരുതോ? വല്ലതും കിട്ടണതാട്ടെ".

"അതെല്ല്യോ ഞാനും പറഞ്ഞത്? ഈ നശിച്ച മഴ! ഏതായാലും നീയാ തേങ്ങാ ഇങ്ങെട്. നോക്കട്ടൊന്ന് പൊതിക്കാമോന്ന്. തൊണ്ടിവിടിരുന്നാൽ വല്ലോരും വന്ന് ഒള്ള ചില്ലറ തന്ന് മേടിച്ചോളുമല്ലോ. ചന്തേക്കൊണ്ടു കളേണോ?"

അതും ഒരു ശരിയാ".

ഗൗരി അകത്തുപോയി തേങ്ങ പെറുക്കിക്കൊണ്ടുവരാൻ തുടങ്ങി.

ആകെ പന്ത്രണ്ടെണ്ണമുണ്ട്. ഇനി പൊതിക്കണം.

ഗൗരി വെട്ടുകത്തി കൊണ്ട് വന്നു. അത് വാങ്ങി തേങ്ങ പൊതിക്കാൻ തുടങ്ങവേ, പറഞ്ഞു:

"നീയൊരു കാര്യം ചെയ്യ്. ആ കട്ടിലേക്കെടക്കുന്ന മുണ്ടൊന്ന് നൂർത്തിട്ടേരെ. ശരിക്കൊണങ്ങീട്ടില്ലെന്നാ തോന്ന്ണെ. എന്നിട്ടിത്തിരി വെള്ളമനത്ത്. എന്തെങ്കിലും ചൂടൊള്ളതിറ്റ് കുടിക്കണം".

"കാപ്പിപ്പൊടിയൊണ്ടോ എന്തോ! നോക്കട്ടെ. എളുപ്പം പൊതിക്കണേ. ഞാൻ ദേ വര്ണു. മൂന്നരേടെ മെയിലാ പോയത്. ഇപ്പഴെങ്ങാനും പോണം".

ഗൗരി സ്ഥലം വിട്ടു.

തേങ്ങ പൊതിച്ചു കഴിഞ്ഞപ്പോഴേക്കും അവൾ ഓട്ടുടംബ്ളറിൽ കാപ്പിയുമായി എത്തി. അത് വാങ്ങി ഊതി ഊതി കുടിക്കാൻ തുടങ്ങി.

പൊതിച്ചുവച്ചിരുന്ന തേങ്ങകൾ എടുത്ത് ഗൗരി തിരിച്ചും മറിച്ചും കുലുക്കിയും നോക്കി. മുഖത്ത് ഒരു പ്രസാദം വന്നു. അവൾ പറഞ്ഞു:

"മൂന്ന് രൂപയ്ക്ക് ഒരു ദോഷോമില്ല",

"ങ്ഹേ, ങ്ഹേ!" കാപ്പിപ്പാത്രം താഴെവെച്ചു. "എന്ത്വാ പറഞ്ഞത്? മൂന്ന് രൂപയോ?"

"ഏങ്ങ്? കൂടിപ്പോയെന്നാണോ? നാലും അഞ്ചും അണയാ ഒരു തേങ്ങയ്ക്ക്". അവൾ ശുണ്ഠിപിടിച്ചു.

"അത് തിരുവനന്തപുരുത്തും കൊല്ലത്തുമൊക്ക്യാ നമ്മട കമ്പോളത്തിക്കിട്ടൂല്ല".

"ആരാ ഇപ്പറേണേ? എനിയ്ക്കറിഞ്ഞൂടേ? മൂന്നുരൂപയിക്കൊറച്ച് ഈ പന്ത്രണ്ടുതേങ്ങാ കൊടുക്കൂല്ല"

"എന്നാ നീ തന്നെ കൊണ്ടു പോയ്ക്കോ".

"എനിക്കെന്റെ ചെവിത്ത കേട് വരുന്നു. നിങ്ങളാ കാപ്പി കുടിച്ചേച്ച് മുണ്ടെടുത്തുടുക്കുന്നൊണ്ടോ? മഴയൊന്ന് വിട്ട് നിൽക്ക്യാ ഇപ്പൊപ്പോയില്ലെങ്കില് സംഗതി നടക്കൂല്ല".

കാപ്പി കുടിച്ചുതീർത്ത് എണീറ്റു. മുണ്ട് ഏതാണ്ട് ഉണങ്ങിയെന്നു പറയാം. അത് ഉടുത്തു. അലക്കിയ തോർത്തെടുത്ത് തോളത്തിട്ടു. അപ്പോഴേയ്ക്കും ഗൗരി തേങ്ങ പെറുക്കി കുട്ടയിൽ കൂട്ടിയിരുന്നു.

കുട്ട വാങ്ങി തോളത്ത് വച്ചപ്പോൾ കണ്ണൊന്നു കടിക്കാതിരുന്നില്ല. കാലത്തിന്റെ ഒരു പോക്ക്.

പണ്ടൊരിക്കലും മറ്റക്കര കാരണവന്മാർ തേങ്ങാക്കുട്ട തോളത്ത് ഏന്തി ചന്തയ്ക്കു പോയിട്ടില്ല. വണ്ടിക്കണക്കിനേ തേങ്ങ വിൽക്കൂ. അത് ആൾക്കാർ വന്ന് കൊണ്ടു പോയ്ക്കൊള്ളും. പണം വെള്ളിച്ചെല്ലത്തിൽ വന്നു വീഴും. തന്റെ കാലത്താണ് ഇത് തുടങ്ങിയത്.

എന്നാലും തന്നെത്താൻ ചുമന്നുകൊണ്ടു പോയി വിൽക്കുന്നത് ഇന്ന് ആദ്യമാണ്. സാധാരണ ആൾക്കാർ വീട്ടിൽ വന്ന് വാങ്ങിയിരുന്നു. അതു കൊണ്ട് ശരിക്ക് വില്പന നടക്കില്ലെന്ന് കണ്ടപ്പോൾ ആരുടെയെങ്കിലും കയ്യിൽ കൊടുത്തയക്കലായി. അപ്പോൾ ശരിക്ക് വില കിട്ടില്ല. കൊണ്ടു പോകുന്നവർ ചില്ലറ പോക്കറ്റിലാക്കും. അധ്വാനിച്ചവൻ കൊണ്ടുപോയെങ്കിലേ ശരിക്കു വില കിട്ടൂ. ഉം, എന്ത് ചെയ്യാനാണ്? കളയാൻ കാശുള്ള കാലത്ത് കളഞ്ഞു. ഇന്ന് അത് പറ്റില്ല.

അതു കൊണ്ടാണെങ്കിലും, തന്നെത്താൻ ഇറങ്ങിയപ്പോൾ ഒരു വിഷമം. തറവാടിന്റെ മാനമാണ് കുട്ടയിൽ.

ഉം, ഓർത്ത് നിന്നിട്ടോ?

അങ്ങിനെയൊന്നും വിചാരിക്കാനില്ല. പണ്ട്, മറ്റക്കര നാട്ടുപ്രമാണിമാരുടെ തറവാടായിരുന്നു. എവിടേയും സ്ഥാനമുണ്ടായിരുന്നു. എട്ടുകെട്ടും പ്രതാപവും ഉണ്ടായിരുന്നു. ഇന്നത്തെ മറ്റക്കര കാരണവർ കൃഷിക്കാരനാണ്. അനന്തിരവർ വയലിലിറങ്ങി പണിയെടുക്കുകയും ചന്തയിൽ കച്ചവടം നടത്തുകയും ചെയ്യുന്നു. കൃഷിക്കാരൻ അതിന്നടുത്ത തരത്തിൽ ജീവിച്ചേ പറ്റൂ. പണിയെടുക്കണം. സാധനങ്ങൾ കൊണ്ടുപോയി നഷ്ടമില്ലാതെ വിൽക്കണം.

മുറ്റത്തേക്ക് ഇറങ്ങിയപ്പോൾ ഗൗരി വിളിച്ചു പറഞ്ഞു.

“രണ്ടര രൂപയെങ്കിലും എന്റെ കയ്യിൽ കിട്ടണം”.

മുളകൊണ്ടുള്ള കടമ്പ കടന്ന് വെട്ടുവഴിയിൽ ഇറങ്ങി. വഴിയിൽ ചെളിയുണ്ട്. ഉറച്ച, ചുവന്ന, പാരിൽ കാല് വഴുതുന്നു. സൂക്ഷിച്ചുനടക്കണം.

രണ്ടര രൂപ ഗൗരിയുടെ കയ്യിൽ കൊടുത്തേ പറ്റൂ. അല്ലെങ്കിൽ അവൾ സമ്മതിക്കില്ല. പിന്നെ ഒരു ചായ കുടിക്കണം. പത്ത് പൈസ. രണ്ടണയ്ക്ക് ബീഡിയും തീപ്പെട്ടിയും വാങ്ങണം. ഇനിയുള്ള വട്ടച്ചിലവിന് രണ്ടോ നാലോ അണ ഇടുപ്പിൽ തിരുകാൻ കൂടി ആയാൽ അത്രയും നന്ന്. കണ്ടറിയണം.

ശരിക്ക് വില പേശിയേ പറ്റൂ.

മുമ്പൊന്നും വില പേശാറുണ്ടായിരുന്നില്ല. മറ്റക്കര തറവാട്ടുകാരൻ

രണ്ടോ മൂന്നോ അണയ്ക്ക് കണക്ക് പറയാൻ നിൽക്കുന്നത് നാണക്കേടാണ്. "ആന മെലിഞ്ഞാലും തൊഴുത്തിൽ കെട്ടൂല്ലട". എന്ന് പറഞ്ഞിരുന്നു. ഒരിക്കൽ വേലുച്ചാരോടു പറഞ്ഞതാണ്:

"എടോ, താനാ ചക്ക വെട്ടിയ്ക്കോ. തനിക്കിഷ്ടൊള്ളത് തന്നേച്ചാ മതി. ഇങ്ങനെ ചില്ലറ വിൽക്കുന്നതു തന്നെ തറവാടിന്റെ പേരിന്നു ചേർന്നതല്ല. പിന്നെന്ത്വാ, കാലൊക്കെ മാറിപ്പോയി. എന്നാലും കണക്കു പറയാൻ ഈയൊള്ളേനെക്കിട്ടൂല്ല".

ഇന്ന് ആ നിലയും മാറി. തറവാട്ടിന്റെ പേരും പ്രതാപവും സമ്പത്തും കുറേശ്ശ വഴുതി വീണതു പോലെ ആ വക തത്വങ്ങളും ഓരോന്നായി അടർന്നു വീണുകൊണ്ടിരിക്കുകയാണ്. വില പേശാതിരുന്നാൽ കഴുത്ത് വെട്ടാനിരിക്കുന്ന മനുഷ്യർ. വില പേശിയേ പറ്റൂ. വേർത്തുണ്ടാക്കിയ വകയാണ്. നല്ല വില കിട്ടണം.

അതുകൊണ്ട് ഈയിടെ വില പേശാറുണ്ട്. നാണംകെട്ട കണക്കുപറച്ചിൽ.

ഇന്നും അത് ആവർത്തിച്ചേ പറ്റൂ, എട്ടണ കയ്യിൽ കിട്ടണമെങ്കിൽ ഒന്നര രൂപയിൽ തുടങ്ങണം. ഒന്നേകാലായി, ഒന്നായി, അങ്ങനെ താഴോട്ട് വരും. വാങ്ങുന്ന കക്ഷി നാലണയിൽ തുടങ്ങും. അതാണ് കാലം. അതിന്നനുസരിച്ച് വില പറയണം.

ഒന്നുകൂട്ടി നോക്കിക്കളയാം.

അല്ലാ, പരമുവല്ലേ വരുന്നത് ? അവന്റെ കയ്യിൽ ബീഡി ഉണ്ടാവും. തണുപ്പും പിടിച്ച് രണ്ട് പുക എടുത്താൽ ഒരു ഉന്മേഷമൊക്കെ കിട്ടും.

"പരമ്വേ, കുട്ടപ്പനെങ്ങനിരിക്ക്ണു?"

"അച്ഛന് സൊല്പം കൊറവൊണ്ട്. അമ്മാവനെങ്ങോട്ടാ, കൊട്ടേമായിട്ട്?"

"അഞ്ചാറു തേങ്ങയൊള്ളത് ചന്തേലെങ്ങാനും കൊണ്ടു കൊടുത്തു കാശാക്കണം. അത് പോട്ടെ. നിന്റെടുത്ത് ബീഡിയൊണ്ടൊ?"

ബീഡി വലിച്ചുകൊണ്ട് മുമ്പോട്ട് നടന്നപ്പോൾ ഓർത്തു: പരമുവിന്റെ അച്ഛൻ കുട്ടപ്പൻ തന്റെ മുമ്പിൽ 'കമാ' ന്ന് മിണ്ടില്ലായിരുന്നു. ആ കുട്ടപ്പന്റെ മകന്റെ കയ്യിൽ നിന്ന് ബീഡി വാങ്ങി വലിക്കേണ്ട ഗതികേട് വന്നിരിക്കുന്നു. ആരോട് പറയാനാണ്? വാങ്ങരുതായിരുന്നു. പക്ഷേ, അല്ലെങ്കിൽ പിന്നെ ചന്തയിൽ ചെന്ന് തേങ്ങാ വിറ്റിട്ട് വേണം ബീഡി വാങ്ങാൻ. അതു വരെ വലിക്കാതിരിക്കണം. വലിച്ചപ്പോൾ എന്തൊരു സുഖമാണ്!

മഴക്കാലത്തെ തണുപ്പിന് ഒരു ബീഡി വലിക്കുന്നത് മോക്ഷം കിട്ടുമ്പോലെയാണ്. അത് പരമുവിന്റേതോ പപ്പുവിന്റേതോ എന്ന് നോക്കേണ്ട കാര്യമില്ല. ആ കാലമൊക്കെ പോയി.

പരമുവിന്റെ ബീഡിക്കെന്തേ കയ്പുണ്ടോ?

അപ്പോൾ, ഗൗരിയുടെ കയ്യിൽ കൊടുക്കേണ്ടത് രണ്ടരരൂപ. ചായക്ക് പത്ത് പൈസ. ബീഡി രണ്ടണ, തീപ്പെട്ടി ഒരണ, അങ്ങനെ മൂന്നണ. മൂന്നണയും പത്ത് പൈസയും ചേർന്നാൽ...ഓ – അതാണല്ലോ ഈ നയാ പൈസയുടെ തകരാറ്. ഒമ്പത് പൈസയ്ക്ക് ഒന്നരയണ. ശരി ഒന്നരയണ വച്ചു കൂട്ടാം. അപ്പോൾ ചായ, ബീഡി, തീപ്പെട്ടി– ഒക്കെപ്പാടെ, രണ്ടും ഒന്നും മൂന്നും ഒന്നരയും– നാലരയണ! മൂന്നു രൂപ കിട്ടിയാൽ മൂന്നരയണ ഇടുപ്പിൽ തിരുകാം. രണ്ടുദിവസത്തെ ബീഡിക്കെങ്കിലും ആയോ? ആയി.

വലിയ തേങ്ങയാണ്. ഇനം ഒന്നാന്തരമാണ് താനും. ആറണക്കണക്കിനു ചോദിക്കണം. എന്നാലേ നാലണ എങ്കിലും കിട്ടൂ. ആറണക്കണക്കിനായപ്പോൾ– പതിററ് അറുപത്, ഈററ് പന്ത്രണ്ട്, അറുപതും പന്ത്രണ്ടും എഴുപത്തിരണ്ട്. അതായത് നാലുരൂപാ എട്ടണ. നാലര രൂപ ചോദിക്കണം. എന്നാലേ മൂന്നുരൂപ കയ്യിൽ വരൂ.

നാണം കെട്ട കണക്കു പറഞ്ഞേ പറ്റൂ. ആനയാണെങ്കിലും തീരെ മെലിഞ്ഞാൽ തൊഴുത്തിലും കെട്ടാം. പഴഞ്ചൊല്ലിൽ പതിര് വേണ്ട. ചൊല്ല് വേറെ ഉണ്ടല്ലോ. "ഗതി കെട്ടാൽ പുലി പുല്ലും തിന്നും" എന്നല്ലേ പറഞ്ഞിരിക്കുന്നത്?

വെട്ടുവഴിയിൽ നിന്ന് ചന്തയിലേക്കു പോവുന്ന മെറ്റലിട്ട റോഡിൽ ഇറങ്ങിയപ്പോൾ അറിയാതൊരു നെടുവീർപ്പിട്ടു പോയി. ആ മൂലയ്ക്കാണ് പള്ളിപ്പുരയ്ക്കലെ മത്തായിയുടെ ബംഗ്ലാവ്. ചുറ്റോടു ചുറ്റും മതിൽക്കെട്ടും ഊക്കൻ മാളികപ്പുരയും. ഈ സ്ഥലം മുഴുവൻ മറ്റക്കരത്തറവാട് വകയായിരുന്നു, കൊള്ളാവുന്ന തറവാട്ടു കാരണവന്മാർ ഭരിച്ചിരുന്ന കാലത്ത്.

എല്ലാം നശിച്ചു.

ഇരുമ്പഴികളുള്ള വലിയ ഗേറ്റിനപ്പുറത്തു നിന്ന് ആരോ വിളിച്ചു ചോദിച്ചു:

"മൂപ്പിലേ, തേങ്ങ വിൽക്കാനാണോ?"

മിണ്ടിയില്ല. അവന്റെ കാശ് വേണ്ട. മത്തായിയുടെ അപ്പൂപ്പന്മാർ മറ്റ

ക്കരയിലെ അടിച്ചതിന്റകത്ത് കയറിയിട്ടില്ല. എന്നിട്ട് അവന്റെ നടവന്മാരാരോ വിളിക്കുന്നു. "മൂപ്പിലേ!" എന്ന്. തിരിഞ്ഞു നിന്നു ചോദിക്കാൻ കെല്പില്ലല്ലോ, ഈശ്വരാ!

ചന്തയ്ക്കടുത്ത് സർക്കാരുദ്യോഗസ്ഥന്മാരും പള്ളിക്കൂടം വാധ്യാന്മാരുമാണ് താമസം. ഒരു ചെറിയ, വൃത്തിയുള്ള വീടിന്റെ പടിക്കൽ നിന്ന് ഒരു ചെറുപ്പക്കാരി വിളിച്ചു പറഞ്ഞു:

"തേങ്ങ ഇതിലെ കൊണ്ടുവന്നാട്ടെ".

അങ്ങോട്ട് കയറി.

കുട്ട താഴത്ത് വെച്ചു. ചെറുപ്പക്കാരി രണ്ടുമൂന്നു തേങ്ങ എടുത്ത് കുലുക്കി നോക്കിയിട്ട് ചോദിച്ചു: "എത്ര എണ്ണമുണ്ട്?"

"പന്ത്രണ്ട്".

"എന്തോ വില വച്ചു കൊടുക്കും?

"അത് കുഞ്ഞുതന്നങ്ങ് പറഞ്ഞാൽ മതി". അങ്ങനെ വേണം പറയാൻ.

"എന്തോ കിട്ട്യാക്കൊടുക്കുമെന്നു പറഞ്ഞാട്ടെ".

തെല്ലിട മിണ്ടിയില്ല. നാലര ചോദിച്ചാലോ? അതോ, നാലു മതിയോ? ഒടുവിൽ പറഞ്ഞു:

"തേങ്ങയ്ക്ക് ആറണെ വച്ചു കിട്ടണം. നല്ല ഒള്ളൊള്ള തേങ്ങയാ".

"ആറണയോ?" ചെറുപ്പക്കാരി മൂക്കത്ത് വിരല് വച്ചു.

"അതിലിക്കൊറയൂല്ല, കുഞ്ഞേ! തേങ്ങയ്ക്ക് ഭയങ്കര വെലയാ".

"ഒട്ടും കുറയൂല്ലേ?"

"അതു പിന്നെ കുഞ്ഞൊരു വില പറ. എനിക്കു പറ്റ്യാ ഞാന്തരാം".

"രണ്ടേകാൽ രൂപ തരാം, അതായത് മൂന്നണവച്ച്".

"കിട്ടൂല". കുട്ട വീണ്ടും തോളിലേറ്റി എണീറ്റു. പടി കടന്നപ്പോൾ പിന്നിൽ നിന്ന് ചെറുപ്പക്കാരി വിളിച്ചു. പറയുന്നതുകേട്ടു:

"നാലണ കൂടെ മേടിച്ചോ".

"കിട്ടൂല്ല". തിരിഞ്ഞു നോക്കാതെയാണ് പറഞ്ഞത്.

രണ്ടര രൂപ! പിന്നെ, ബാക്കിയുള്ളവനു ചായയ്ക്കുള്ള വകയോ? ബീഡിയ്ക്കോ? ഇതൊക്കെ ആരു തരും? മനസ്സിലിരിയ്ക്കട്ടെ. വിറ്റില്ലെങ്കിൽ വിറ്റില്ല, അത്രതന്നെ. തിരികെ വീടുവരെ ചുമക്കണമെന്നല്ലേ ഉള്ളൂ?

കാറ് ശരിക്ക് കൊണ്ടിട്ടുണ്ട്. തിരിച്ചു വീട്ടിൽ എത്തുന്നതുവരെ പെയ്യാതിരുന്നെങ്കിൽ മതിയായിരുന്നു.

ജമീലാ കഫേ മാനേജർ അഹമ്മദ്കണ്ണ് വിളിച്ചു:

"ഏയ് തേങ്ങാ!"

അടുത്തുചെന്നപ്പോളാണ് അഹമ്മദുകണ്ണിന് ആളെ പിടികിട്ടിയതെന്നു തോന്നുന്നു. അയാൾ പറഞ്ഞു:

"ഇദാരി? ഞമ്മടെ ഗോന്നപ്പിള്ളയദ്യമല്ല്യോ? ഇതെന്താ തന്നെത്താ നെറങ്ങീക്കണെ? പുള്ളാരാരുമില്ല്യോ?"

എന്ത് മറുപടി പറയും? മിണ്ടിയില്ല. അഹമ്മദു കണ്ണ് തെല്ലിട മിണ്ടാതിരുന്നിട്ട് തിരക്കി.

"ചായ കുടിക്കുന്നോ?"

സ്നേഹം കൂടുകയാണ്. കച്ചവടത്തിന് സ്നേഹം പറ്റില്ല.

"ഒന്നും വേണ്ട".

"ശരി. തേങ്ങാന്റെ വെല പറീൻ. കൊടുക്കാനുള്ള വില പറഞ്ഞാ മതി".

"എന്നാൽ മൊത്തം നാല് രൂപാ കൊട് റാവത്തരേ. നാലര രൂപയാ വെല".

"രണ്ടു രൂപായി നിയ്ക്ക്വാ?"

"ഇല്ല". ഉറപ്പിച്ചു പറഞ്ഞു.

"നാലണ കൂടായാല്?"

"റാവുത്തരീ കൊട്ടയൊന്ന് പൊക്കിത്തന്നേ".

കുട്ടയുമായി നടപ്പ് തുടർന്നു. അപ്പോഴാണ് രാഘവൻ കണിയാനെ കണ്ടത്. അയാൾ ചോദിച്ചു.

"എങ്ങോട്ടാ പിള്ളേച്ചാ"

"ഈ തേങ്ങാ ചന്തേലെങ്ങാനും കൊണ്ടു കൊടുക്കണം".

"ആങ്ഹാ. ഈ വഴിക്കെങ്ങും വാങ്ങിച്ചില്ല്യോ? തേങ്ങ വേണ്ടായോ ആർക്കും?"

"വെലയെടുക്കുന്നില്ല".

"ഒരു കാര്യം ചെയ്യ്. ദേ, ആ തകരഗേറ്റ് വച്ച വീടില്ല്യോ? അവിടെ കൊടുത്താട്ടെ. ഡെപ്യൂട്ടി തഹശീൽദാരദ്യമാ താമസിക്ക്ണെ. പുതിയതായിട്ടു വന്നാളാ. വടക്കനാ. കൊച്ചീലോ കൊടുങ്ങല്ലൂരോ എങ്ങാണ്ടാ നാട്. ശരിക്കു വില തരും".

കണിയാൻ കാണിച്ചു കൊടുത്ത വീട്ടിലേക്ക് കയറിച്ചെന്നു.

ഒരു പെൺകുട്ടി വരാന്തയിലിരുന്ന് പുസ്തകം വായിക്കുകയായിരു

ന്നു. അവൾ തിരക്കി.

"എന്തൂട്ടാവോ വേണ്ടേ?"

നീട്ടിക്കുറുക്കിയുള്ള അവളുടെ വർത്തമാനം കേട്ടപ്പോൾ ചിരി പൊട്ടി. പക്ഷേ, നല്ലൊരു കുട്ടി. കുടുംബത്ത് ജനിച്ചതാണെന്ന് മുഖത്തു നോക്കിയാൽ അറിയാം.

"തേങ്ങ വേണോന്ന് ചോദിച്ചാട്ടെ".

പെൺകുട്ടി കുലുങ്ങി ചിരിച്ചു. എന്തിനാണോ ആവോ! പിടി കിട്ടിയില്ല. അവൾ ഉള്ളിലേക്ക് പോയി. പോവുമ്പോൾ വിളിച്ചു പറയുന്നത് കേട്ടു.

"അമ്മേ, ഇങ്ങട് വരൂ. നാള്യേരം കൊണ്ടുവന്നിരിക്ക്ണ്".

അവളുടെ അമ്മ വന്ന് തേങ്ങ പരിശോധിച്ചു. ഒടുവിൽ അവർ ചോദിച്ചു.

"എങ്ങന്യാവോ വില?"

"അത് കുഞ്ഞ് തന്നെ പറഞ്ഞേച്ചാൽ മതി".

"നിയ്ക്കറീല്യപ്പാ. ങ്ങളന്നെ പറ്യീൻ".

തെല്ലിട ആലോചിച്ചു. മര്യാദക്കാരാണ്. ഇവരെ ചതിക്കരുത്. തറവാട്ടിൽ പിറന്നവർക്ക് പറ്റിയതല്ലത്.

പക്ഷേ, തേങ്ങയ്ക്ക് നല്ല വിലയുണ്ട്. വലിയ നെടുവരിയൻ തേങ്ങയാണ്. അഞ്ചണയ്ക്ക് മേലെ കൊടുക്കാതെ ഇത്തരമൊരു തേങ്ങ കിട്ടില്ല. അപ്പോൾ, പന്ത്രണ്ടഞ്ച് അറുപത്... അതായത് നാല് രൂപയ്ക്ക് നാലണ കുറവ്. മൂന്നേമുക്കാൽ രൂപാ.

"ഇവിടായതോണ്ട് ഞാൻ കൂട്ടിയൊന്നും ചോദിക്ക്ണില്ല. നാല് രൂപയ്ക്ക് തരാം".

"നാലുറുപ്യേ!" സ്ത്രീ അതിശയസ്വരത്തിൽ പറഞ്ഞു: അത് ലേശം ജാസ്ത്യല്ലേ? ഒരുറുപ്യയ്ക്ക് മൂന്ന് നാള്യേരേ! ഗുരുവായൂരപ്പാ! കാലം പോണ പോക്ക്! ഒരു മൂന്നരയുറുപ്യ പോരെ അമ്മാമാ?"

മൂന്നര രൂപ! അത് മറ്റാരും തരില്ല. മൂന്നുരൂപ എട്ടണ. രണ്ടര രൂപ കൊടുത്താൽ മതി ഗൗരിക്ക്. ചായ, ബീഡി, ഒക്കെക്കൂടി നാലരയണയേ വേണ്ടൂ. പിന്നെ മൂന്നരയണ ഇടുപ്പിൽ തിരുകിയാലും എട്ടണ ബാക്കി. അത് എന്തു ചെയ്യും? ആവൂ. മൂന്നുരൂപ മതിയായിരുന്നു. ഇനിയിപ്പോൾ കണക്കുകളൊക്കെ വീണ്ടും കൂട്ടണം.

"കുഞ്ഞിനിഷ്ടമുള്ളത് തന്നാട്ടെ".

കാലിക്കുട്ടയും തൂക്കി പുറത്തിറങ്ങി നടന്നു. ആദ്യം കുട്ടപ്പന്റെ നര

സിംഹവിലാസത്തിൽ നിന്നൊരു ചായ കുടിക്കണം. അവിടെയിരുന്ന് കണക്കു കൂട്ടി തീരുമാനിക്കാം എങ്ങനെയൊക്കെ വീതിക്കണമെന്ന്.

ഗൗരിക്ക് മൂന്ന് രൂപ കൊടുത്താലോ? അതോ ബാക്കി കൂടി ഇടുപ്പിൽ തിരുകണോ? ഒന്നുകൂടി ആലോചിക്കേണ്ടതായിരിക്കുന്നു. ഏതായാലും ഒരു ചായ കുടിച്ചു കൊണ്ടാവാം ആലോചന. നല്ല തണുപ്പുണ്ട്. കാറ്റിന്. ചായ കുടിച്ചാൽ ചൂട് കിട്ടും.